AF484884

நாளொரு பூ மலரும்*

முதற்பதிப்பு: 2023

First Edition: 2023

Naaloru Poo Malarum

நாளொரு பூ மலரும்

Devibala

தேவிபாலா

ISBN: 978-93-95301-14-5

காப்புரிமை @ ஆசிரியர்

இந்தப் புத்தகத்தின் எந்த ஒரு பகுதியையும் பதிப்பாளரின் எழுத்துபூர்வமான முன் அனுமதி பெறாமல் மறுபிரசுரம் செய்வதோ, அச்சு மற்றும் மின்னணு ஊடகங்களில் மறுபதிப்பு செய்வதோ காப்புரிமை சட்டப்படி தடை செய்யப்பட்டதாகும். புத்தக விமர்சனத்திற்கு மட்டுமே இந்தப் புத்தகத்திலிருந்து மேற்கோள் காட்ட அனுமதிக்கப்படுகிறது.

Pustaka Digital Media Pvt. Ltd.
#7-002, Mantri Residency,
Bannerghatta Main Road, Bengaluru - 560 076
Karnataka, India
+91 7418555884

நாளொரு பூ மல்லரும்

தேவிபாலா

Pustaka

EBooks | Audiobooks | Paperback

அத்தியாயம் 1

வித்யாவுக்கு தெரியும் இந்த முறை நிச்சயம் வெற்றி கிடைக்கும் என்று. மற்றவர்களைவிட அதிக விலை கொடுக்கத் தயாராக இருந்தாள், வித்யா. அதனால் அந்த எக்ஸ்போர்ட் ஆர்டர் இவள் கைக்கு சுலபமாகக் கிடைத்துவிட்டது.

சற்று முன்புதான் அந்தச் சேதி தொலைபேசியில் கிடைத்திருந்தது அவளுக்கு.

இண்டர்காமை அழுத்தினாள் வித்யா. ஜி.எம்மை தன் அறைக்கு அழைத்தாள்.

ஜி.எம். நடேசன் உள்ளே நுழைந்தார்.

"வாழ்த்துக்கள் மேடம்."

நன்றிகூடச் சொல்லாமல் அவரை இடக்காக ஒருமுறை பார்த்தாள் வித்யா.

"சாதிச்சிட்டீங்க கடைசில!"

"எதையும் நான் சாதனையா நினைக்கறதில்லை. இதெல்லாம் ரொம்ப சின்ன விஷயம். ஆஃப்ட்ராள் ஒரு எக்ஸ்போர்ட் ஆர்டர். ஆம்பிளைங்க இத்தனைபேர் இந்தக் கம்பெனில பெரிய பதவிகள்ல இருக்கீங்க. யாராலும் இதை அடைய முடியலை. உங்களுக்கெல்லாம்..."

ஜி.எம். நடேசனின் முகம் அவமானத்தால் சிறுத்தது.

"மேடம் மூணு வருஷமா நீங்களே..."

"ஏன் அடைய முடியலைனு கேக்கறீங்களா? முடியாம இல்லை. மத்தவங்க என்னதான் குப்பை கொட்டறீங்கன்னு பார்க்கத்தான் விட்டுப் பிடிச்சேன். தெரியும், எனக்குத் தெரியும். உங்க யாராலும் எதுவும் முடியாதுன்னு போங்க."

"மேடம்..."

"அவுட்."

நடேசன் எழுந்து வெளியே வந்தார். தன் கேபினுக்குள் நுழையாமல் நேராக வொர்க்ஸ் மேனேஜர் கேபினுக்குள் நுழைந்தார்.

"வாங்க நடேசன்."

"ம்..."

"என்ன முகம் சரியா இல்லை. அம்மாகிட்ட அர்ச்சனையா?"

"நான் எதைன்னு சொல்லட்டும் டேவிட்?"

"எக்ஸ்போர்ட் ஆர்டரா?"

"ம் நமக்கெல்லாம் எந்த அதிகாரமும் தர்றது கிடையாது. யாரையும் நம்பறதில்லை. தனக்குத்தான் எல்லாம் தெரியுங்கற திமிர். என் வயது அம்பத்தி ஆறு. அவளுக்கு முப்பதுகூட ஆகலை. வயசுக்காவது ஒரு மரியாதை வேணாம்!"

"யாரையும் மதிக்கறதில்லைனு பளிச்சுனு தெரிஞ்சுபோச்சே. வயத்துப் பொழப்புக்காக உட்கார்ந்திருக்கம். என்ன செய்ய முடியும் சொல்லுங்க?"

"அப்பா குணம் பொண்ணுக்கு."

"இல்லை நடேசன் சார்! அப்பா அதட்டலா பேசினாலும் அன்பு காட்டவும் அவருக்குத் தெரியும் மத்தவங்க உணர்ச்சிகளை, வயசையும் மதிப்பார். இது, எதையும் மதிக்கறதில்லையே! சரி விடுங்க. சுவருக்குக்கூட காது உண்டு. இது ஆபீஸ்! நாம் ஜாக்ரதையா இருக்கணும்"

ஜி.எம். எழுந்துவிட்டார்.

அதே நேரம் பி.ஏவுக்கு இண்டர்காமில் அழைப்பு விடுத்தாள் வித்யா.

பி.ஏ. சுதாகர் உள்ளே நுழைந்தான்.

"காலைல எட்டு லெட்டர் தந்திருக்கேன் நான். ஆச்சா?"

"ஒரு மணி நேரம்கூட ஆகலை. எல்லாமே பெரிய லெட்டர் எப்படி மேடம்?"

"என்ன உன் ஸ்பீட்?"

"40 வார்த்தைகள்..."

"மன்னிக்கணும்! இந்த ஸ்பீட் போதாது. இன்னும் பதினைஞ்சு நாள்ல நீ உன்னை உயர்த்திக்கலைனா, இந்த வேலைல நீடிக்க முடியாது. சரிதானா?"

சுதாகரின் முகம் வெளிறியது.

வெளியே வந்தான்.

அவன் அவளுக்கு அந்தரங்கச் செயலாளராக வேலையில் சேர்ந்து ஒரு மாதம்கூட ஆகவில்லை. பதவி ஆட்டம் கண்டுவிட்டது.

இவன் நாலாவது நபர். அப்பாவிடம் பி.ஏவாக இருந்த பெண் ஏதோ ஆபரேஷன் என்று வேலையை ராஜினாமா செய்துவிட்டதால் வந்த வினை.

இண்டர்காம் அழுத்தினாள்.

"ஜி.எம். பேப்பர்ல ஒரு விளம்பரம் குடுங்க. பி.ஏ. இண்டர்வியூவுக்கு கால்ஃபர் பண்ணுங்க. இன்னும் ஒரு மாசத்துல நடக்கணும்."

பரபரவென தன் வேலையைத் தொடங்கிவிட்டாள்.

இந்த நேரம் வித்யா பற்றி:

மணிவர்மா பெரிய தொழிலதிபர். பல கோடி சொத்துக்கு சொந்தக்காரர். அவரது ஒரே மகள் தான் வித்யா. சிறு வயதில்

தாயை இழந்துவிட்ட பெண். தகப்பனைத் தவிர வேறு உறவுகளைப் பார்த்து அறியாதவள்.

கொழுத்த பணம், பதவி, அளவுக்கதிகமான சலுகை, எல்லாமாகச் சேர்ந்து வித்யாவை திமிரும், அகம்பாவமுமாக வளர்த்துவிட்டது.

மணிவர்மாவே ஓரளவு தலைக்கணம் பிடித்த ஆசாமி தான். வித்யா அவரையே மிஞ்சும் அளவுக்கு வளர்ந்து வந்தாள்.

ஆனால் படிப்பு? விளையாட்டு, புலமை, பாட்டு, நடனம் என்று எதையும் விட்டு வைக்கவில்லை.

சகலத்திலும் முதலிடம். யாரும், எதிலும் தன்னைத் தாண்டிவிடக்கூடாது என்று வெறியோடு உழைத்து, வெற்றிக் கனியை பறிக்கும் பெண் வித்யா.

உள்ளூரில் பட்டப்படிப்பு முடித்து, லண்டனில் மேனேஜ்மெண்ட் முடித்து, ஸ்டேட்சில் இன்னும் பல பட்டங்களை அள்ளிக்கொண்டு வித்யா தாயகம் திரும்பவே தாமதமாகிவிட்டது. அப்போது அவளுக்கு வயது இருபத்தி ஆறு. கம்பெனியின் நிர்வாகத்தை அவளுக்குப் பழக்கத் தொடங்கிவிட்டார் மணிவர்மா.

ஒருவருட காலமெல்லாம் சரியாகத்தான் ஓடியது. கம்பெனி பற்றி முழு அறிவு பெற்றுவிட்டாள் வித்யா.

அவளுக்குத் திருமணம் பேசும் முயற்சியில் மணிவர்மா இறங்கத் தொடங்கிய சமயம், அவர் உடல்நிலை பாதிக்கத் தொடங்கிவிட்டது.

அடிக்கடி ஜுரம்...

உடம்பெங்கும் ஒருவித கொப்புளங்களின் வருகை.

ஊசி போட்டால் அந்த இடம் கறுப்பாகிவிடும், புதிய ஆரம்பம்... டாக்டரிடம் காண்பித்தபோது... அவர் சந்தேகத்தின்பேரில் கான்சர் மருத்துவமனைக்கு கடிதம் தர, அங்கே சோதிக்கப்பட்டார் மணிவர்மா.

அவருக்கு ரத்தப் புற்றுநோய் என அறிவிக்கப்பட்டது.

அப்போதும் வித்யா அலறி அழவில்லை. மளமளவென சில ஸ்பெஷலிஸ்ட்களை கலந்தாலோசித்தாள். அவர்கள் அமெரிக்காவுக்கு சிபாரிசு செய்ய, விமானப் பயணத்துக்கு ஏற்பாடு செய்துவிட்டாள் வித்யா. இந்த முயற்சிக்கு இடைப்பட்ட நாட்கள் ரெண்டே வாரங்கள்.

அதற்குள் மணிவர்மாவுக்கு வியாதி முத்திவிட்டது.

விடிந்தால் அமெரிக்கா பயணம்.

முதல் நாள் இரவு...

வித்யாவைத் தன்னருகில் அழைத்தார்.

"என்ன டாடி?"

"என் முடிவு நெருங்கியாச்சு வித்யா"

"அதை ஆண்டவன் தீர்மானிக்கட்டும்பா."

"இல்லைமா. என் உள்மனசு சொல்லுது. கோடிக்கணக்கான பணமும், படிப்பும், பதவியும் சகலமும் உனக்கு நான் சேர்த்து வச்சிட்டுப் போறேன். ஆனா உறவுனு சொல்லிக்க உனக்குனு யாருமில்லைமா."

"டாடி."

"இரும்மா நீ தைரியசாலிதான். எனக்கது தெரியும். ஆனாலும் நீ ஒரு பெண். உனக்குனு ஒரு துணை இன்னும் வந்து சேரலை. அதுக்குள்ள நான் போய்ச் சேர்ந்துருவேன்மா."

"எனக்குக் கல்யாணத்துல இஷ்டமில்லை டாடி."

"மனசு அப்படி சொல்லலாம்மா. உடம்பு ஒப்புக்காது."

"உடம்மை ஆட்டி வைக்கறது மனசுதான் டாடி. மனசு நம்ம கட்டுப்பாட்டுல இருந்தா, உடம்பு என்ன செய்யும்? நீங்க என்னைவிட்டுப் போகவேண்டாம் டாடி. அதை நானும் விரும்பலை."

"காலங்கடந்த சிந்தனை வித்யா."

"நான் நிம்மதியா இருப்பேன்பா. என்னைப்பற்றி நீங்க கவலைப்பட வேண்டாம்."

"தனியா இந்த உலகத்துல தன் மகளை விட்டுட்டு, எப்படிம்மா ஒரு தகப்பன் நிம்மதியா சாக முடியும்."

"தனியா நானில்லை டாடி. நீங்க ஊட்டி வளர்த்த தன்னம்பிக்கை எப்பவும் என்னோட இருக்கும். நான் யாருக்கும் அடிபணிய மாட்டேன். அடங்கமாட்டேன். நீங்க தைரியமா இருங்க."

எழுந்து உட்கார முயற்சித்தார் மணிவர்மா.

"ஏன் டாடி?"

"ப்ளீஸ்மா நான் என் வாழ்நாள்ல இத்தனை காலம் எல்லார்க்கிட்டேயும் மறைச்சு வச்ச ஒரு ரகசியத்தை இப்ப சொல்லவேண்டிய நேரம் வந்தாச்சு வித்யா!"

"ரகசியமா?"

"ஆமாம்மா அது என்னோட மடிஞ்சி போயிட்டா, நான் பாவியா ஆயிருவேன் வித்யா. அதான் உங்கிட்ட சொல்லிட்டு உயிரை விடணும்ணு."

"சொல்லுங்க டாடி."

"என் அலமாரில் மூணாவது தட்டுல ஒரு பச்சை டயரி இருக்கும் வித்யா. அதை இன்னிக்கு ராத்திரி எடுத்துப் படி. அதுல எல்லாமே இருக்கு. அதைப் படிச்சு முடிச்சிட்டு நாளைக்கு நீ இங்கே வரும்போது, என்ன செய்யணும்ணு நான் சொல்றேன்மா."

"சரி டாடி."

நர்ஸ் உள்ளே வந்தாள்.

"மேடம்."

"என்ன சிஸ்டர்?"

"நான் பார்த்துக்கறேன். நீங்க புறப்படுங்க."

"ஓக்கே!" வித்யா வெளிப்பட்டாள். தன் காரில் ஏறி அமர்ந்தாள். இக்னிஷியனை உசுப்பி வண்டியை நகர்த்தினாள். நகரில், சோடிய வெள்ளத்தில் இரவு ஒன்பது மணிக்குக் கார் நீந்த.

வித்யாவின் மனது அலைபாய்ந்து கொண்டிருந்தது.

"டாடியின் வாழ்க்கையில் அப்படி என்னத்தான் ரகசியம் இருக்க முடியும்?"

யோசிக்க யோசிக்க ஒன்றுமே பிடிபடவில்லை. சரி வீட்டில் டயரியைப் பார்த்தால் தெரிந்துவிடுகிறது. வீட்டை அடைந்தாள்.

சமையல்காரன் ஹாட்பேக்கில் சப்பாத்தி வைத்திருந்தான். அதை விலக்கிவிட்டு, பாலை மட்டும் பருகினாள் வித்யா.

அப்பாவின் அறைக்குள் நுழைந்தாள். அதிகமாக அவள் அந்த அறைக்கு வந்ததில்லை. வரும் அவசியமும் உண்டானதில்லை.

பீரோவை அடைந்தாள்.

அவர் சொன்ன இடத்தில் ஒரு பச்சை டயரி, நல்ல புஷ்டியாக இருந்தது.

அதில் 1958 என்று வருஷம் போடப்பட்டிருந்தது.

நான் பிறப்பதற்கு முன் உள்ள டயரியா இது? இதில் என்ன ரகசியம் இருக்க முடியும்?

கதவைச் சாத்தி, நைட்டிக்கு மாறினாள். மேசை விளக்கை மட்டும் அமைத்துக்கொண்டு, வந்து உட்கார்ந்தாள்.

டயரியை எடுத்துப் பிரித்தாள்.

"என் அன்பான சுமித்ராவுக்கு... மணிவர்மாவின் சமர்ப்பணம்" என்ற வாசகம் முதல் பக்கத்தில் அழகான பச்சை மையில் எழுதப்பட்டு இருந்தது.

அடுத்த பக்கத்தை வித்யா புரட்ட, தொலைபேசி அலறியது. டயரியை மூடி வைத்துவிட்டு, எழுந்துபோய் ரிசீவரை எடுத்தாள்.

"ஹலோ வித்யாதான். எ...என்னது? டாடிக்கு சீரியசா இருக்கா? தோ வந்துட்டேன்."

ரிசீவரை வைத்தாள். பரபரவென உடைகளை மாற்றிக்கொண்டு, சிட்டாக வெளியே வந்தாள். காருக்குள் நுழைந்து இயக்கத் தொடங்கினாள்.

நெஞ்சுக்குள் லேசான படபடப்பு ஏறி உட்கார்ந்து கொண்டது.

மருத்துவமனையை அடைந்து, டாக்டரின் அறையை நோக்கி அவள் நடக்கும் சமயம்.

மணிவர்மா தன் இறுதி மூச்சை வெளியேற்றிக் கொண்டிருந்தார், டாக்டர் முன்னிலையில்.

அத்தியாயம் 2

இனி தன் தந்தை இல்லை என்று தீர்மானமாகத் தெரிந்ததும், கனமான ஒரு மின்சார நூல் வித்யாவுக்குள் ஓடியது. கண்ணீர் கோடு கன்னத்தைத் தீண்டி முகவாயில் இறங்கியது.

மருத்துவமனை சடங்குகளை எல்லாம் முடித்துக் கொண்டு மணிவர்மாவின் உடல் வீட்டை அடையும் போது அதிகாலை மணி நாலு.

அழுவதை நிறுத்திவிட்டாள், வித்யா.

மளமளவென போனிலும், நேரிலும் உத்தரவுகளைப் பிறப்பிக்கத் தொடங்கினாள்.

காலை பத்தரைக்குள் உறவுக் கூட்டமும், நண்பர்களும், கம்பெனி அதிகாரிகளும், ஊழியர்களும், பிற நிறுவனத்து தோழர்களும் இறுதி அஞ்சலி செலுத்தக் குவிந்து விட்டார்கள். மாநில அரசின் உயர் மட்டத்தில் மணிவர்மா பெரும் மதிப்பைப் பெற்றிருந்ததால், முதல்வரே நேரில் வந்துவிட்டார் அஞ்சலி செலுத்த. பலத்த போலீஸ் காவலும் ஏற்பாடு செய்யப்பட்டிருந்தது.

வீட்ல பெரியவர்கள் கூடி யார் கொள்ளி வைப்பது என முடிவெடுத்து, அதை வித்யாவிடம் தெரிவிக்க வந்தார்கள்.

"வித்யா... கொள்ளி வைக்க..."

"நான் வர்ரேன் தாத்தா. என்ன செய்யணும் நான்?"

"இல்லைம்மா. பெண்கள் அதை செய்யக்கூடாது."

"எங்க டாடிக்கு பிள்ளை, பெண் எல்லாமே நான் தானே? வேற யாரும் இல்லையே?"

"ஆனாலும் பெண்கள் மயானத்துக்கு வர்றது அனுமதிக்கப்படாத ஒண்ணு. உறவுல உனக்கு ஒண்ணு விட்ட சகோதரன் சபாபதி. அவனை..."

"இருங்க. அதுல எனக்கு இஷ்டமில்லை."

"வித்யா!" பெரியவர்கள் மத்தியில் முகச் சுளிப்பும் இலேசான சலசலப்பும் ஆரம்பமாகிவிட்டது.

"பிடிவாதம் பிடிக்காதேம்மா. நீ ஒரு பெண்."

"சந்திரமதிகூட ஒரு பெண்தானே? அவளே லோகிதாசனைச் சுமந்துட்டு மயானம் வரலையா? புராணம் அதை அனுமதிக்கலையா? எங்கப்பாவுக்கு என்னைவிட வேறு யாரு நெருக்கம்? இதுல என்ன, ஆண், பெண் பாகுபாடு? பெண்களுக்கு சமத்துவம் வேணும்னு பேசற தேசத்துல, தன் தகப்பனுக்கு இறுதிச் சடங்கு செய்ய மகளைத் தடுக்க யாருக்கு உரிமை இருக்கு?"

யாரும் பேசவில்லை அங்கே.

பேச முடியவில்லை.

வித்யா யார் அனுமதிக்கும் காத்திருக்கவில்லை. உள்ளே போனாள். நீரை மொண்டு தலையோடு ஊற்றிக் கொண்டு ஈரத்தோடு வந்துவிட்டாள்.

"சொல்லுங்க அய்யரே. அடுத்தது என்ன?"

அவளது தோரணையில் சகலரும் லேசாக நடுங்கியே போனார்கள். பிடிக்காதவர்கள் விலகிப் போனார்கள்.

வாய்க்கரிசி போட்டுவிட்டு, மணிவர்மா பாடையில் ஏற்றப்பட்டதும் தீச்சட்டியை எடுத்துவிட்டாள் வித்யா.

ஊரே மூக்கில் விரல் வைத்தது.

ஒரு பெண்கள் மாத இதழ் அவசரமாக வித்யாவை நாலைந்து கோணங்களில் படமெடுத்தது.

சற்றும் கலங்காமல் மயானம் போய், ஒரு மகன் செய்யும் சகல கடமைகளையும் ஒன்றுவிடாமல் பொறுமையாக, நிதானமாக நிறைவேற்றத் தொடங்கினாள், வித்யா.

இறந்துபோன நிலையிலும்கூட இதழோரம் ஒரு சிரிப்போடு உறைந்திருந்தார் மணிவர்மா. ஒரு வீராங்கனையை பெற்றெடுத்த வெற்றிச் சிரிப்பு.

எல்லாம் முடிந்து வீடு திரும்பிவிட்டார்கள்.

ஏறத்தாழ சகலபேரும் போய்விட்டார்கள், ஆள்ஆளுக்கு விமர்சித்தபடி.

வித்யாவும், வழக்கமான வேலையாட்களும் மட்டுமே மிஞ்சியிருந்தார்கள்.

மறுநாள் பால்...! அஸ்தி, நம்பிக்கையான ஆட்கள் மூலம் புண்ணிய இடங்களுக்கு அனுப்பப்பட்டு விட்டது.

மூன்றாவது நாளே போர்டைக் கூட்டிவிட்டாள் வித்யா. சேர்மனாகப் பொறுப்பேற்றுக்கொண்டு விட்டாள்.

தகப்பனார் இறந்து மூன்று நாட்கள் முழுசாக ஆகவில்லை. அதற்குள் என்ன அவசரம்? இதை மறைமுகமாக, நேராக என்று எல்லோரும் கேட்டுவிட, யாருக்கும் பதில் சொல்லவில்லை வித்யா.

நாலாவது நாளே அலுவலகம் வந்துவிட்டாள். அன்றிலிருந்து ஆரம்பித்ததுதான்.

இதோ இந்த இரண்டு வருடங்களில், கம்பெனியின் நிலைமை முற்றிலும் மாறிவிட்டது.

வித்யாவைக் கேட்காமல் ஒரு தூசுகூட பறக்க முடியாது. பறக்கக் கூடாது. அத்தனை கெடுபிடி. நிர்வாகத்தில் கடுமை, சலுகை என்பது மறந்தும்கூட இல்லை. அவளது பாதச் சத்தம்

கேட்டாலே பட்டாம் பூச்சிகள் கூட சிறகை சிறைப்படுத்திக் கொள்ளும்.

பிசினசில் கணிசமான உயர்வைக் காட்டினாள். திறமைசாலிகளுக்கு பதவி உயர்வு தந்தாள். போனசின் அளவைக் கூட்டினாள். சோம்பேறிகளுக்கு உடனுக்குடன் கல்தா.

அகில இந்திய அளவில் ஒரே பெண் தொழிலதிபர் என பெருமையாகப் பேசப்பட்டாள்.

வித்யா என்றாலே... ஒரு பெண் சிங்கம் என வர்ணிக்கும் அளவு உயர்ந்து போயிருந்தாள்.

அத்தியாயம் 3

வித்யா குளியல் முடித்து உடை மாற்றி, உணவு மேசைக்கு வந்துவிட்டாள்.

"நாணு டிபன் ரெடியாகலையா?"

"வந்துட்டேன்மா."

நாணு, ஆவி பறக்கும் இட்லிகளுடன் வந்துவிட்டான். அவன் அந்த வீட்டில் வித்யா குழந்தையாக இருந்த நாள்தொட்டு வேலை செய்பவன். நிரந்தரச் சமையல்காரன்.

இட்லிகளைப் பரிமாறி, சட்னியும் வைத்தான்.

"என்ன நாணு. சட்னில உப்பு அதிகம் போலிருக்கே."

"அப்படியாம்மா? அதைத் தள்ளிடுங்க. சாம்பார் இருக்கு."

"வேணாம் நாணு. சமையல் முன்பை மாதிரி ருசியா இல்லையே இப்பல்லாம். ஏன்?"

"அம்மா மன்னிக்கணும் என்னை."

"பரவாயில்லை. சொல்லுங்க."

"வயசாயிட்டே வருது எனக்கு. கண்பார்வை மங்குது. கைகள் நடுங்குது. தடுமாற்றம் அதிகமாக இருக்கு தாயீ."

"டாக்டரை வரச் சொல்லட்டா?"

"வயசாயிட்டா மருத்துவம் உபயோகப்படாதும்மா. நான் ஒரு யோசனை சொல்லட்டுங்களா?"

"ம்…"

"சமையலுக்கு எனக்கு பதிலா…"

சடாரென நிமிர்ந்து பார்த்தாள் வித்யா.

"உங்களை நான் போகச் சொன்னேனா நானு?"

"அய்யோ இல்லீங்கம்மா. என் கடமையை நான் சரியாச் செய்ய முடியலியேனு மனசு உறுத்துது. அம்மா… என் மக வசந்தி வீட்ல இருக்குது. உங்க வயசுதான் அதுக்கும். நல்லா சமைக்கும். அதை வேணும்ணா கூட்டியாரட்டா? உங்களுக்கும் இந்த வீட்ல ஒரு பெண் துணை…"

"பெண் துணை எனக்கு அவசியமில்லை நானு. அதுக்காக வசந்தி வரவேண்டாம். ஆனா…"

"சொல்லுங்கம்மா."

"உங்களால முடியலைனு சொல்றீங்க. அந்த வருமானம் வசந்திமூலம் உங்களை அடைஞ்சா தப்பில்லை தான் ஆனா…"

"இன்னும் என்னம்மா?"

"வசந்திக்குக் கல்யாணம்…"

"அந்த அளவு வசதி இந்த ஏழைக்கு இல்லைம்மா. மேலும் அது நாலாங்கிளாஸ் தாண்டலை. அதைக் கட்டிக்க ஒரு பையன் வரணுமே தாயீ."

"வந்துட்டாரா?"

"தெரியலியேம்மா."

"வந்துட்டா… வசந்தி வருமானம் உங்களுக்கு உபயோகப்படாதே நானு."

"அதைப்பத்தி இப்ப ஏன்மா கவலைப்படணும். நடக்கும்போது பார்த்துக்கறது."

"சரி. நாளைக்கே வசந்தியைக் கூட்டிட்டு வந்திடுங்க. நீங்களும் இங்கேயே இருந்துக்கலாம். என் கண்டிப்பெல்லாம் உங்க பொண்ணுக்குத் தெரியலைனா, சொல்லி வைங்க."

"சரிம்மா."

வித்யா எழுந்துவிட்டாள். ஜி.எம்மிடமிருந்து டெலிபோன் வந்தது.

நேர்முகத் தேர்வுக்கு ஆட்கள் காத்து இருப்பதாக.

வித்யா உடனே புறப்பட்டு விட்டாள். அவள் உள்ளே நுழைய, ஹாலில் பதினைந்து இளைஞர்கள் பய்யமாகக் காத்திருந்தார்கள்.

ஜி.எம். அறையில் வொர்க்ஸ் மேனேஜர் அவருடன் இருந்தார்.

"ஏன் சார் எனக்கொரு சந்தேகம்?"

"என்ன?"

"ஏன் லேடி செகரட்டரி வேணாம்னு இந்தம்மா சொல்றாங்க. மணிவர்மா லேடி பி.ஏ. தானே வச்சிருந்தார்."

"அப்பனுக்கு பொண்டாட்டி இல்லை. அதனால் தொட்டுக்கக் காரியதரிசி. பொண்ணுக்கு இன்னும் கல்யாணம் ஆகலை. அதனால் ஆம்பளை உதவியாளர். விடுவே. இதெல்லாம் பெரிய இடத்து வெளகாரம்."

"எனக்கு வயசு நாப்பதுகூட ஆகலை சார். நான் பொருந்தமாட்டேனா?" ஆதங்கத்துடன் வொர்க்ஸ் மேனேஜர் கேட்க,

"நீர் என்னவே? எனக்கு அம்பத்தி ஆறு. நானே தயார். ஒப்புகிட்டா முடியாதா?"

இண்டர்காம் ஒலித்தது.

"யெஸ் மேடம்."

"என்னைப்பற்றி கமென்ட் அடிக்கறதை அப்புறமாக வச்சுக்கலாம். வந்தவங்களை உள்ளே அனுப்புங்க."

"நாங்க இன்டர்வியூக்கு...?"

"வேணாம். இன்டர்வியூ நடத்த, தலைல கொஞ்சம் சரக்கு இருக்கணும். அது இல்லாத ஆட்கள் வெளில இருக்கறதே நல்லது. டூ வாட் ஐ சே"

இருவரும் பேய் விழி விழித்தார்கள்.

பதினைந்து பேரில் முதல் 12 பேர் அடித்த பந்துபோல போன உடன் திரும்பிவிட்டார்கள். அப்படி என்னதான் கேள்வி கேட்டாளோ வித்யா, தெரியவில்லை.

"கீர்த்திவாசன்."

ஆபரேட்டர் பெயர் சொல்ல, தன் பைலை எடுத்துக் கொண்டு நிதானமாக எழுந்தான் கீர்த்திவாசன்.

பதட்டமில்லாமல் மெல்ல நடந்து கனமான கதவைத் திறந்தான்.

"நான் உள்ளே வரலாமா?"

"வாங்க."

அவள் எதிரே வந்து நின்றான்.

"கேள்விகளை ஆரம்பிக்கலாமா?"

"அதுக்கு முன்னால ஒரு கேள்வி. நான் கேட்டுர்றேன் மேடம்."

"என்ன?"

"நான் நின்னுட்டே தான் பதில் சொல்லணுமா?"

"ஏன்? கூடாதா?"

"சாரி. நானும் படிச்ச இளைஞன். எனக்கு நீங்க மரியாதை தர வேண்டாம். என் படிப்புக்குத் தர வேண்டாமா? என் படிப்பு மதிக்கப்படலைனா, நான் பதில் சொல்லத் தயாரா இல்லை மேடம்."

"ப்ளீஸ் டேக் யுவர் ஸீட்."

கீர்த்திவாசன் உட்கார்ந்தான்.

"வெல். உங்க படிப்பு மதிக்கப்படணும்னு விரும்பினீங்க. மதிக்கப்படற அளவுக்கு உங்ககிட்ட அறிவு உண்டா?"

"உங்கள் கேள்விகள் அதைத் தீர்மானிக்கட்டுமே?"

நிர்வாகம், அவனது தனித்திறமை, உலக ஞானம், பொது அறிவு, தற்கால பொருளாதாரம், வியாபார முடிவுகள் என்று

சிக்கலான கேள்விகளை ஒன்றன்மேல் ஒன்றாக அவள் அடுக்கிக்கொண்டே போக,

கீர்த்திவாசன் சற்றும் சளைக்காமல் சின்னக் குரலில், சுருக்கமான, கூர்மையான பதில்களை சொல்லிக் கொண்டே வந்தான்.

இருபது நிமிடங்களில் வித்யாவே கேள்வி இல்லாமல் திணறிப்போய் விட்டாள்.

"குட் ஐ அட்மயர் யூ. உங்களைப் பற்றிச் சொல்லுங்க மிஸ்டர் வாசன்."

"நத்திங் பர்டிகுலர். சொல்லும்படியா குறிப்பாக எந்த உறவுகளும் இல்லை. தனி மனிதன். மூணு இளைஞர்களோட அறையைப் பங்கு போட்டுக்கறேன். வேறொரு கம்பெனில வேலை பார்க்கறேன். என்னைப் பற்றி ஒரு ஸ்டாம்புக்கு பின்னால எழுதிரலாம்."

"அங்கே என்ன சம்பளம்?"

"மூவாயிரம்."

"இங்கேயும் அதுதான் கிடைக்கும். அதை நீங்க ஏன் விடணும்?"

"ஒரு மாற்றம்தான். உங்களைப் பற்றி நிறையக் கேள்விப்பட்டு இருக்கேன். ஒரு திறமைசாலிகிட்ட உத்தியோகம் பாக்கற சந்தோஷத்தை கரன்சிகளால ஈடுகட்ட முடியுமா?"

வித்யாவுக்குள் சின்னதாக ஒரு நெகிழ்வு ஏற்பட்டு, உடனே அது துண்டிக்கப்பட்டது.

"நான் ரொம்ப கண்டிப்பானவள்."

"எதுல?"

"இதென்ன கேள்வி. வேலைலதான். மற்றபடி என்ன உறவு இருக்க முடியும். எனக்கும், என் ஊழியர்களுக்கும்?"

"கொடுத்த வேலையை திறம்பட செய்யற ஊழியர்கிட்ட, கண்டிப்பு அவசியமில்லையே."

"அதை நான் தீர்மானிக்கணும்."

"ஷூர்."

"ரவுண்ட் த க்ளாக் வேலை செய்யவும் தயாராக இருக்கணும்."

"அதனாலதான் ஆண் செயலாளரா?"

"அர்த்தம் தப்பா வருது மிஸ்டர் வாசன்."

"தப்பான பேச்சே என் வாய்ல வராது. மனசுல தப்பு இல்லைனா அர்த்தமும் தப்பா தோணாது மேடம்."

ஒரு நொடி ஆடிப்போய் விட்டாள் வித்யா.

இப்போதுதான் அவனை முழுமையாகப் பார்த்தாள். அப்படியொன்றும் திரைப்பட நாயகன்போல இருக்கவில்லை அவன். வழுக்கையின் ஆரம்பத்தில் இருக்கும் முன் நெற்றி, மேடான அதன் உச்சியில் பளபளப்பு.

சன்னமான தாடி, சின்ன மீசை, ஒல்லியான உருவம், மிகவும் எளிமையான உடை, கூர்மையான நாசியும், ஒரு கோடாக சின்னக் கண்களும் தென்பட்டன.

அந்தச் சின்னக் கண்களில் வசீகரமான ஒரு சிரிப்பு நிரந்தரமாகத் தொங்கிக்கொண்டிருந்தது.

"நீங்க வெளில இருங்க மிஸ்டர் வாசன். ப்ளீஸ்." அவன் வெளியே வந்து உட்கார்ந்தான். மீதி இருந்த இரண்டு இளைஞர்களும் அதேபோல அடித்த பந்தாகி வெளியேறிவிட, அரை மணி நேரத்தில் மீண்டும் அழைக்கப்பட்டான்.

"உங்களை என் பர்சனல் செகரட்டரியாக அப்பாயின்ட் பண்ணியிருக்கேன் மிஸ்டர் வாசன். இது உங்க வேலைக்கான உத்தரவு. வாழ்த்துக்கள்."

நன்றி சொல்லி, அவளிடமிருந்து அதைப் பெற்றுக் கொண்டான் கீர்த்தி.

"கம்பெனி கெஸ்ட் ஹவுஸ்ல ஒரு பகுதி உங்களுக்காக இனி ஒதுக்கப்படும். கம்பெனி கார் உங்க உபயோகத்துக்கு தரப்படும். எப்ப வேலைல சேர முடியும் உங்களால? நாளைக்கு?"

"இல்லை மேடம்."

"பின்ன?"

"இன்னிக்கே... இப்பவே என் பொறுப்புக்களை நான் ஏத்துக்கறேன் நீங்க அனுமதிச்சா. எதையும் தள்ளிப் போட நான் விரும்பமாட்டேன்."

"குட் ஸ்பிரிட். உட்காருங்க. மற்ற அதிகாரிகளை உங்களுக்கு அறிமுகப்படுத்தணும் நான்."

உற்சாகமாக எழுந்தாள், வித்யா.

அத்தியாயம்
4

"**வ**ணக்கம்மா."

நிமிர்ந்து பார்த்தாள் வித்யா.

"ஓ... வசந்தியா? இன்னிக்குத்தான் வேலைல சேர்றியா நீயும்? குட் உங்கப்பாகிட்ட இந்த வீட்டுப் பழக்கங்கள், உணவு முறைகள் எல்லாம் கேட்டுத் தெரிஞ்சு வச்சிருக்கியா?"

"ஆமாம்மா." தலைகுனிந்து, பெருவிரல் நகத்தால் நிலம் கீறினாள், வசந்தி.

"த பாரு வசந்தி. இதெல்லாம் எனக்குப் பிடிக்காது."

"எதும்மா?" வசந்தி பதறி நிமிர்ந்தாள்.

"அவசியமில்லாம தலைகுனிஞ்சு நிக்கறது... வேண்டாம வெக்கப்படறது... என்ன இதெல்லாம்?"

"அம்மா வந்து..."

"இதெல்லாம் ஆபாசம். ஆண்களை வேண்டாம நம்ம பக்கம் இழுத்துட்டு, கடைசில வலிய மாட்டிக்கிற சேட்டைகள். பெண் எப்பவும் நிமிர்ந்து நிக்கணும். அது தான் எனக்குப் பிடிக்கும்."

"சரிம்மா."

"காபி போட்டுக்கொண்டு வா. எப்படி இருக்குனு பார்க்கலாம்."

வசந்தி உள்ளே போய்விட்டாள். உடனே காபியுடன் வெளிப்பட்டாள். குடித்தாள் வித்யா.

"நாட் பேட். டிகாஷன் கொஞ்சம் தூக்கலா இருக்கு. குறைச்சுக்கோ. நாணு வரலியா?"

"அப்பாவுக்கு காலைல மூச்சிரைப்பு."

"டாக்டருக்கு போண் பண்ணி நான் சொல்றேன். போய்ப் பார்க்கச் சொல்லு."

"சரிம்மா" வசந்தி போகத் திரும்ப.

"நில்லு. இங்க வா."

வந்தாள் வசந்தி.

"சேலையை எப்பவும் தொப்புள் தெரியத்தான் கட்டுவியா நீ?"

"ஆமாம்மா."

"இனிமே கட்டாதே. இது பெண் சுதந்திரம் இல்லை. நாம ஒழுங்கா இருந்தாத்தான். நாட்ல குற்றங்கள் குறையும். அடக்கமா உடை உடுத்து போ."

புறப்பட்டுப் போய்விட்டாள், வித்யா.

நாணு வந்துவிட்டான்.

"நைனா நான் இங்கே வேலை செய்யமாட்டேன். அந்தம்மா எதிர்ல நிக்கவே எனக்கு பயம்மா இருக்குது."

"ஷ்! என்ன வசந்தி நீ? சின்னம்மா எப்பவுமே தப்பா பேசாது. அனாவசியமா கோவமும் படாது. அவங்க சொன்னா, அதுல நியாயம் இருக்கும். போகப் போக உனக்கே அது புரியும். தெரியுதா? போய் ஒழுங்கா வேலையை கவனி."

"நைனா!"

"தபாரு வசந்தி" சட்டென குரலைத் தாழ்த்திக் கொண்டான் நாணு.

"என்ன நைனா?"

"உன்னை நான் இங்கே சேர்த்துவிட்டதுக்குக் காரணம், எனக்கு முடியலிங்கறதுனால மட்டுமில்லை."

"அப்புறம்?"

"அதை நேரம் வரும்போது நானே உனக்குச் சொல்றேன். பொறுமையா, நல்லவிதமா நடந்து சின்னம்மாவோட அன்பை அடையப் பாரு."

"அதுகிட்ட அதெல்லாம் கிடைக்காது நைனா."

வசந்தி சலிப்புடன் உள்ளே போக, பெருமூச்சு விட்டான் நாணு.

தோட்டக்காரன் கோவிந்தன் உள்ளே நுழைந்தான்.

"என்ன நாணு. மொள்ள உன் மகளை உள்ள கொண்டு வந்துட்ட."

"அதுல என்னப்பா தப்பு? முப்பது வருஷமா இந்தக் குடும்பத்துக்கு மாடா உழைக்கறேன். எனக்கு முடியலைப்ப, என் மக வந்தா என்ன தப்பு அதுல?"

"அப்படி வந்தா தப்பில்லை. உன் மக எப்படியோ இல்ல வந்திருக்கு உள்ள."

நாணுவின் முகம் வெளிறிவிட்டது உடனே.

"கோவிந்தா என்ன உளர்ற?"

"நான் உளறலை நாணு. நானும், நீ வேலைக்கு வந்து நாலஞ்சு வருஷத்துல இந்த வீட்டுக்கு வந்தாச்சு. உனக்குத் தெரிஞ்ச எல்லாமே எனக்கும் தெரியும். நினைப்பு வச்சிக்கோ."

நாணு ஒரு நொடி உறைந்து போனான். இருளடித்த முகத்தை சட்டென மாற்றி, மெலிதாக ஒரு சிரிப்பை உதட்டில் ஒட்ட வைத்துக்கொண்டான்.

"இப்படி வா கோவிந்தா."

"என்னா?"

"எதையும் கண்டுக்காதே. உனக்கு எல்லாத்தையும் விவரமா நானே சொல்றேன்."

"சொன்னா மட்டும் போதாது நாணு. வெறும் சொல்லால் எனக்கென்ன லாபம்?"

"தெரியும். உன்னை தகுந்த மரியாதைகளோட கவனிச்சுக்கறேன் நான். ஷ்! லாண்டரிக்காரன் வர்றான். நம்ம பேச்சை அப்புறமா வெச்சிக்கலாம் விலகு."

கோவிந்தன் மண்வெட்டியை சேகரித்துக்கொண்டு வெளியேறிவிட, நாணு அங்கேயே நின்றான்.

"இந்த கோவிந்தன் எல்லாம் தெரியும் என்கிறானே, எதெல்லாம் இவனுக்குத் தெரியும்?"

பீதியில் நாணுவின் கண்கள் நிலைகுத்தி நின்றன.

அத்தியாயம்
5

எதிரே வந்து நின்றான் கீர்த்தி.

"இந்த ஆறு லெட்டர்களும் இருபது நிமிஷத்துல என் மேசைல கையெழுத்துக்கு இருக்கணும்."

"சரி மேடம்."

"ஜான்சனுக்கு போன் போட்டு கொட்டேஷன் வாங்கணும்."

"ஆகட்டும்."

"எஸ்பிளனேட்ல ஹோர்டிங் வைக்க ஏற்பாடு செய்யணும் உடனே."

"ம்."

"பேங்க்ல அந்த லோனுக்கு க்ளியரன்ஸ் கேக்கணும்."

"வேற ஏதாவது?"

"இப்ப இல்லை. நீ இட் க்விக்."

கடிதங்களை 12 நிமிடங்களில் முடித்து, அவள் கேட்ட அத்தனை கேள்விகளுக்கும் பதிலோடு பதினைந்தாவது நிமிடம் எதிரே வந்து நின்றான் கீர்த்தி.

அயர்ந்துபோனாள் வித்யா.

"இவன் என்ன நடமாடும் கம்ப்யூட்டரா?" இவனிடம் குற்றம் காண வேண்டும் என்று வித்யாவும் ஒரு வாரமாக துடிக்கிறாள். தோற்றுத்தான் போகிறாள்.

"உட்காருங்க வாசன்."

"சொல்லுங்க மேடம்."

"ஒரு பர்சனல் ரிக்வெஸ்ட் முடியுமா?"

"என்ன அது?"

"பாரதியார் பாடல்கள்னா எனக்கு ரொம்பப் பிடிக்கும். அது தொடர்பா ஒரு பி.ஹெச்டி கூட பண்ணிக்கிட்டிருக்கேன் நான்."

"நைஸ் அதுக்கு நான் என்ன செய்யணும்?"

"இந்த ஏரியால உங்க ரசனை எந்த அளவுக்குன்னு புரியலை எனக்கு. வெல், காசு கொடுத்து கேசட் வாங்க ரசனை எதுக்கு? கடை தெரிஞ்சா போதாதா?"

"கேசட்?"

"ம். ஒரு ஆடியோ கேசட் வேணும். பாரதியார் பாடல்களை நீலாம்பரி ராகத்துல யார் பாடியிருக்காங்கனு தெரியலை. தேடிக் கண்டுபிடிச்சு வாங்கித் தர முடியுமா?"

சிரித்தான் கீர்த்தி.

"ஏன் சிரிக்கறீங்க?"

"பாரதியார் பாடல்களை பி.ஹெச்டி பண்றதா, நீங்க சொன்னதுதான் சிரிப்பை வரவழைச்சது எனக்கு."

அந்த நீங்க-வில் அவன் கொடுத்த அழுத்தம் வித்யாவைச் சீண்டிவிட, சுள்ளென கோபம் வந்துவிட்டது அவளுக்கு.

"மிஸ்டர் கீர்த்தி, என்ன நினைப்பு உங்க மனசுல?"

"எப்பவும் கீர்த்திவாசன்னுதான் நெனப்பு?"

"ஸ்டுப்பிட். நான் உங்க பாஸ்."

"அதை நான் மறுக்கலை. நீங்க சொன்னது கேசட் வாங்கச் சொன்ன சொந்த வேலை. அது ஆபீஸ் வேலை இல்லை. நட்பு முறைல. அதனால இந்த வேலைக்கு நீங்க என் சேர்மன் இல்லை. ரைட்?"

"ஓக்கே. நான் பாரதியார் பாடல்களை பி.ஹெச்டி பண்றதுல சிரிக்கும்படியா என்ன இருக்கு?"

"டாக்டரேட் போகணும்னா, எடுத்துகிட்ட சப்ஜெக்ட்ல ஞானம் கொஞ்சமாவது வேண்டாமா?"

"வாசன்" அலறியபடி எழுந்துவிட்டாள் வித்யா.

"ஏன் மேடம் ஆத்திரப்படறீங்க?"

"நீலாம்பரில நான் கேசட் கேட்டேன். வாங்க முடிஞ்சா வாங்குங்க. இல்லைன்னா முடியாதுன்னு சொல்லிட்டுப் போங்களேன். நானே வாங்கிக்கறேன்."

"அதை யாராலும் வாங்க முடியாது மேடம்."

"காரணம்?"

சிரித்தான் மறுபடியும். "நீலாம்பரினா தாலாட்டு."

"தெரியும்."

"தாலாட்டு எதுக்கு?"

"தூங்க வைக்க."

"பாரதியார் யாரையும் தூங்க வைக்க எந்த சமயத்திலும் பாடாத, பாட விரும்பாத ஒரே கவிஞன். விழிக்க வைக்கவும், விழிப்புணர்ச்சியை ஏற்படுத்தவும் மட்டுமே தன் பாடல்கள் பயன்படணும்னு வேள்வித் தீ வளர்த்த வீரகவி அவன்."

எழுந்துவிட்டாள் வித்யா.

உடம்பு முழுக்க ரோமக் கால்கள் எழுந்து நின்று அவனை வணங்கின ஒரு நிமிடம், உணர்ச்சிவசப்பட்டு. வாழ்நாளில் முதன்முறையாக கண் விளிம்பில் ஒரு சொட்டு நீர் எட்டிப் பார்த்தது வித்யாவுக்கு.

'பட்பட்பட்' என மெல்ல தன் கைகளைத் தட்டினாள், வித்யா.

"ஹாட்ஸ் அப் டூ கீர்த்திவாசன்" கிசுகிசுப்பான இதமான குரலில் சொன்னாள்.

"நோ... நோ..." பாராட்டும்படியா நான் என்ன சொல்லிட்டேன் இப்ப?"

"இது எனக்குத் தோணலை; நான் வெக்கப்படறேன். அந்த அமரகவியைத் தொடற அருகதை எனக்கில்லை. அந்த முயற்சி இந்த நிமிஷத்துல ரத்தாகுது."

"ஓ... நோ. ஏன் இந்த முடிவு?"

"இல்லை கீர்த்தி. அதுதான் நியாயம். எல்லாம் எனக்குத் தெரியும்னு நான் இறுமாந்திருந்த நேரம், முதல் அடி விழுந்திருக்கு என் ஈகோவுக்கு!"

கீர்த்திவாசன் ஒரிரு நிமிடம் நின்றான்.

அவளும் பேசவில்லை.

நேரம் ஐந்தைக் கடந்துவிட்டது. மற்ற ஊழியர்கள் ஏறத்தாழ போய்விட்டார்கள்.

"வேற வேலைகள் எதுவும் இருக்கா மேடம்?"

"இல்லை கீர்த்தி. நீங்க போகலாம்."

அவன் நடந்தான்.

"கீர்த்தி ஒரு நிமிஷம்."

திரும்பினான். "சொல்லுங்க."

"ஆபீஸ் முடிஞ்சு, வீடு திரும்பிட்டா, என்ன வேலை உங்களுக்கு? ஐ மீன் இதை நான் சேர்மனாக் கேக்கலை."

"புத்தகங்கள் படிப்பேன். இசை கேட்பேன். கவிதை எழுதுவேன். பெயின்டிங்ஸ் செய்வேன். நல்லா இருட்டின பின்னால மொட்டை மாடில படுத்துட்டு ஆகாயத்தை வாசிப்பேன்."

"கீர்த்தி நாளைக்கு சண்டே."

"ம்..."

"என் வீட்ல, பகல் உணவை, உங்ககூட சாப்பிட நான் ஆசைப்படறேன். வர முடியுமா?"

"வரணுமா?"

"இது விருப்பம்தான். உத்தரவு இல்லை. கேன் யூ?"

"வர்றேன்" ஒற்றைச் சொல்லில் பதிலைத் துப்பிவிட்டு, சடாரென வெளியேறிவிட்டான்.

விக்யா அதே இடத்தில் நின்று கொண்டு இருந்தாள். நினைக்க நினைக்க நெஞ்சுக்குள் ஒரு பிரமிப்பு எட்டிப் பார்த்தது.

ஓ... எப்படிப்பட்ட வித்யாசமான ஒரு ஆண் பிள்ளை இவன். அவசியமில்லாமல் ஒரு வார்த்தைகூட உச்சரிக்கமாட்டான். தப்பென்று பட்டால் யாரென்றும் பார்க்காமல், உடனே சுட்டிக் காட்டும் நக்கீர குணம். கூழைக்கும்பிடு, தேவையற்ற மரியாதை, அனாவசிய முதலாளி பயம், சோப்பு போடும் சொற்கள் எதுவும் இல்லாத ஒருவன்.

என் வாழ்நாளில் இதுவரை நான் சந்திக்காத நபர் இவன்.

ஒரு மரியாதையே அவன் மேல் உண்டாகிவிட்டது வித்யாவுக்கு.

இவனது அறிவுக்கும், தகுதிக்கும் வெறும் செயலாளர் பதவி போதாது. அது இவனை இழிவுபடுத்தும்.

ஒன்றுமே இல்லாத ஆண்கள் இந்தக் கம்பெனியின் உயர் பதவியில், இதென்ன கொடுமை?

யோசிக்க வேண்டும்.

உயர் பதவியில் இவனை உட்கார வைத்தால், கம்பெனியும் உயரும். கவுரவமும் கூடும். அதை வகிக்கும் திறமை நிச்சயம் இவனுக்கு உண்டு.

நாளை விருந்துக்குள் இதை நான் தீர்மானித்துவிட வேண்டும். முடிவெடுத்து, விருந்தின் இறுதியில் பரிசாக இவனுக்கு அறிவித்துவிட வேண்டும்.

வித்யா பலவிதமாக சிந்திக்கத் தொடங்கி விட்டாள். மேற்படி சிந்தனைகள் என்னெல்லாம் பாதிப்பை உண்டாக்கும் என்பது அப்போது அவளுக்குப் புரியவில்லை.

✳ ✳ ✳

அத்தியாயம் 6

சந்தன நிறத்தில் பைஜாமா, லக்னோ குர்தா, தோளில் ஒரு ஜோல்னாப்பை சகிதம் உள்ளே நுழைந்தான் கீர்த்தி.

ஓடி வந்து வரவேற்றாள் வித்யா.

என்றுமில்லாமல் அன்றைக்கு விசேஷமாக தன்னை அலங்கரித்துக் கொண்டிருந்தாள்.

அவளது இந்த மாற்றம், திடீர் உற்சாகம், வேலைக்காரர்கள் உள்பட சகலரையும் திரும்பிப் பார்க்க வைத்தது.

"வாங்க கீர்த்தி. என் அழைப்பை ஏற்று நீங்க வந்ததுக்கு முதல்ல என் நன்றிகள்."

ஒரு சிரிப்பால் அதை ஏற்றுக் கொண்டான் கீர்த்தி. பத்து நிமிடங்கள் போல உட்கார்ந்துவிட்டு, அவனுக்கு வீட்டைச் சுற்றிக் காண்பித்தாள். அதிகம் பேசாத வித்யா, ஒரு சிறுமிபோல உற்சாக மிகுதியால் சளசளவென பேசினாள்.

"சாப்பிடலாமா கீர்த்தி?"

"ம். அதுக்குத்தானே வந்திருக்கேன்."

அவனை உணவு மேசைக்கு அழைத்து வந்தாள் அன்று நாணுவையும் இருக்கச் சொல்லி இருந்தாள்.

நாணுவும், வசந்தியும் பரிமாறினார்கள்.

"உங்களுக்கு என்ன பிடிக்கும்னு எனக்குத் தெரியாது கீர்த்தி."

"எல்லாமே பிடிக்கும். எதுவுமே தள்ளுபடி இல்லை."

"தேங்க்யூ."

சாப்பாடு முடிந்ததும், ஹாலுக்கு பீடா வந்தது. ஒன்றை எடுத்து வாய்க்குள் திணித்துக்கொண்டான்.

"நான் சிகரெட் பிடிக்கலாமா இங்கே?"

"ஓ... ஷூர்."

அதையும் எடுத்துப் பற்ற வைத்துக்கொண்டான்.

"கீர்த்தி, நம்ம பர்ச்சேஸ் டிவிஷனுக்கு ஒரு தனி அதிகாரி வேணும்னு நான் ஃபீல் பண்றேன்."

"ஏன் நடேசன் இருக்காரே."

"அவருக்கு வேகம் போதலை. குறை சொல்ல முடியாது. வயசும் ஆயாச்சு, அப்பா காலத்து ஸ்டாஃப். சென்டிமென்டலா ஃபீல் பண்ண வேண்டாமேன்னு நான் அவரைத் தொந்தரவு பண்ணலை. அவருக்கு சர்வீஸ் இன்னும் ரெண்டு வருஷம்தான். இருந்துட்டுப் போகட்டும் அவரும், ஒரு புது ஜி.எம். வேணும்."

"விளம்பரம் எப்பத் தரணும்?"

"அவசியமில்லை. நான் நபரைத் தேர்ந்து எடுத்தாச்சு!"

"ஓ... சிபாரிசா?" சிரித்தான்.

"இல்லை. அவர் தகுதியுள்ளவர். அவர் திறமைதான் அவருக்குத் திறவுகோல் மூளைதான் மூலதனம்."

"நைஸ்."

"அவர் யாருன்னு கேக்கலை நீங்க."

"அவசியம்னா நீங்களே சொல்லமாட்டீங்களா?"

"இருங்க வர்றேன்."

எழுந்து உள்ளே போனாள். பத்து நிமிடத்தில் வெளியே வந்தாள். அவள் கையில் வெள்ளித்தட்டு. அதன்மேல் பட்டுத் துணி. அதன்மேல் அந்தக்கவர்.

"இதைப் பிடிங்க கீர்த்தி."

"நான் இதை..."

"நீங்கதான் அந்த புது ஜி.எம். என் கையால ஆர்டரை வீட்ல வச்சு, நானே டைப் பண்ணினேன். சரிதானா?"

"ஒரு நிமிஷம் மேடம்."

"சொல்லுங்க கீர்த்தி."

"ஒரு இன்டர்வியூ வைக்கலை. அட, குறைந்த பட்சம் ஒரு போர்ட் மீட்டிங்கூட இல்லை. ஒரு உயர் அதிகாரியை தனிப்பட்ட முறைல தேர்ந்து எடுக்கலாமா?"

"இது என் நிறுவனம் முடிவெடுக்கற உரிமை எனக்கு மட்டுமே உண்டு. ஒரு புத்திசாலியைத் தேர்ந்தெடுக்க அவசியமில்லாத சம்பிரதாயங்கள் எதுக்கு? நாளைக்கே சர்க்குலர் போட்டு, போர்டைக் கூட்டி விஷயத்தை அறிவிச்சா போதாதா?"

"நாலு பேர் நாலு விதமா..."

"பேசட்டுமே கீர்த்தி, தெளிவுள்ள நீங்களா இப்படி நாலாந்தர கவலைகளைப் படறது?"

"என்ன எதுவும் பாதிக்காது மேடம். காரணம் நான் தனிக்கட்டை. நாடோடி. நான் கவலைப்படறது உங்களுக்காக."

ஒரு நொடி நெஞ்சுக்குள் தாமரை இதழ்களை விரித்தது போல இருந்தது அவளுக்கு.

"என் பொருட்டு இவன் கவலைப்படுகிறானா?"

சட்டென சுதாரித்துக் கொண்டாள். சிரித்தாள்.

"என்னை நீங்க சரியாப் புரிஞ்சுக்கலை. நான் விமர்சனங்களை எல்லாம் கடந்த பெண். எதுவும் என்னை பாதிக்காது. உங்களுக்கு இதை ஒப்புவிக்க விருப்பம் தானே?"

"அப்ப நடேசன்?"

"அவர் ரெண்டு வருஷம் பதவில இருந்தபடியே ஓய்வு எடுக்கட்டும். சரிதானா?"

"ம்."

"நாளைக்கு இதை ஆபீஸ்ல நான் அறிவிக்கப்போறேன்."

"ம்."

"கம்பெனி கெஸ்ட் ஹவுசை நீங்க காலி செஞ்சிடுங்க."

"ஏன்?"

"அது பி.ஏவுக்கு. ஜி.எம். அதுல இருந்தா சரி வராது. ஏற்கனவே உள்ள ஜி.எம். குவார்ட்டர்ஸ்ல நடேசன் இருக்கார் இப்ப. அவரையும் காலி செய்யச் சொல்ல முடியாது."

அவளே பேசட்டும் என மவுனம் காத்தான் கீர்த்தி.

"நானு இப்படி வாங்க."

"அம்மா."

"நம்ம வீட்டுக்கு பின்னால உள்ள கெஸ்ட் ஹவுஸ் எந்த நிலைமைல இருக்கு."

"நல்லா இருக்கும்மா."

"அதைக் கொஞ்சம் மாற்றி அமைக்கணும். தெர்மகோல் கூரை போட்டு, கார்பெட் விரிச்சு கொஞ்சம் நவீனமாக்கணும். உடனே சம்பந்தப்பட்ட ஆட்களை வரவழைங்க."

"சரிம்மா."

"ஒரு வாரத்துல அதை மாடர்ணா மாத்திர்றேன் கீர்த்தி. பிரமாதமா இருக்கும். கம்பெனில எனக்கடுத்த படியா 'கீ' போஸ்ட் அதுதான். சோ, நீங்க என் பக்கத்துலேயே இருந்தா எனக்கும் நல்லது."

அழுத்தம் கொடுத்தாள்.

கீர்த்தி தலையசைத்தான்.

"உங்க சொந்த அபிப்பிராயம் எதுவும் இல்லையா?"

"என்ன இருக்கு? என்னால நிர்வகிக்க முடியும்னு உங்களுக்கு நம்பிக்கை இருக்கு. செயல்படுத்தறீங்க. அந்த நம்பிக்கைகளை பொய்யாக்காம நான் உழைக்கணும். நிச்சயம் உழைப்பேன்."

"தேங்க்யூ."

வசந்தி மறுபடியும் தேனீர் கொண்டுவந்து வைத்து விட்டுப் போனாள்.

பருகினான் கீர்த்தி.

"நான் புறப்படறேன் மேடம்."

"இன்னொரு ரிக்வெஸ்ட் கீர்த்தி."

"சொல்லுங்க."

"நீங்க வயசுல என்னைவிடப் பெரியவர். அறிவும், தகுதியும் கொஞ்சமும் குறைஞ்சவர் இல்லை. நாளைமுதல் கம்பெனியோட வலது கை இன்னமும் இந்த 'மேடம்' அவசியம்தானா? கால் மீ வித்யா."

"சரி வித்யா."

அயர்ந்து போனாள்.

நியாயம் என்று பட்டால், வேண்டாத 'பிகு' இல்லாமல் உடனே சம்மதிக்கிறான்.

"நான் வர்றேன் வித்யா. நாளைக்கு கம்பெனில உங்களைச் சந்திக்கறேன். தேங்க்யூ ஃபார் ஆல். ஸீயூ."

படியிறங்கி நிதானமாக நடந்தான்.

அவன் தலை மறையும்வரை வாசலில் நின்றாள். உற்சாகமாக உள்ளே வந்தாள்.

அவன் சம்மதிக்க வேண்டுமே என்ற கவலை இருந்தது.

அவன் அறிவு ஜீவிதான். ஆனால் தேவையற்ற விவாதமோ, முரண்பாடுகளோ அவனிடம் இல்லை.

தன் அறைக்குள் நுழைந்து கட்டிலில் உட்கார்ந்தாள்.

"நான் வரலாங்களா?"

"வாங்க நாணு."

"நான் வீட்டுக்குப் புறப்பட்டாச்சு."

"சரி நாணு."

"அம்மா."

"சொல்லுங்க நாணு."

"இந்த அய்யா..."

"ஓ... கீர்த்தியா? புதுசா நம்ம கம்பெனில ஜி.எம்மா நாளைலேருந்து பொறுப்பேத்துக்கப் போறார். அதான் நம்ம அவுட் ஹவுசை சீராக்கச் சொன்னேன். இங்கேதான் தங்கப் போறார்."

"பார்த்தா ரொம்ப நல்லவரா இருக்கார்மா. உங்களுக்கும் எதிர்காலத்துல ஒரு நல்ல துணையா இருப்பார்."

சடாரென நிமிர்ந்தாள், வித்யா.

"நீங்களே ஆபீஸ் பொறுப்புக்களை தனியா சுமக்க வேண்டி வருதே. அதை மனசுல வச்சிட்டுச் சொன்னேன்ம்மா. நான் வர்றேன்."

"சரி நாணு."

படுக்கையில் சரிந்தாள் வித்யா.

'எதிர்காலத்தில் நல்ல துணை.

பெரியவர் சொன்னால் பெருமாளே சொன்னதுபோல,

வித்யா இதென்ன புதுப்புது மாற்றங்கள்? ஒரு ஆண் பிள்ளைபோல இதுவரை வாழ்ந்துவிட்ட உன்னிடம் ஏனிந்த திடீர் நெகிழ்வும், இளக்கமும்?'

எழுந்து உட்கார்ந்தாள் சடாரென.

'நீ கீர்த்திவாசனை விரும்பத் தொடங்கிவிட்டாயா? அதனாலதான் அவனுக்கு இத்தனை உயர்வும் உன் வீட்டு மதிலுக்குள் இருப்பிடமும் தருகிறாயா?'

'இல்லை. அது மட்டும் காரணமில்லை. கீர்த்தி ஒரு புத்திசாலி. சாதுர்யமான ஆண்மகன். கம்பெனியை நிர்வகிக்கத் தகுதியானவர்.'

'கம்பெனியை மட்டும்தானா?'

உள்மனம் எழுப்பிய கேள்விகள் தொடர்ந்து அவளை அலைக்கழித்தன.

கண்ணாடிக்குள் இன்னொரு வித்யா சிரித்தாள்.

கண்களை மூடி வித்யா படுத்துவிட்டாள்.

எனது எந்த ஒரு தீர்மானமும் தவறானதல்ல. என் மனதுக்குப் பிடித்த ஒருவரை நான் உயர்த்துவதில் தப்பும் இல்லை. என் முடிவுகளை யாரும், என்றும் விமர்சனம் செய்ததும் இல்லை.

மெல்ல உறங்கிப் போனாள்.

கனவில் கீர்த்தி வந்து கண்ணடித்தான்.

அத்தியாயம் 7

அந்த ஒரு வாரத்தில், அலுவலகமே சலசலத்துப் போயிருந்தது. கீர்த்திவாசன் புது ஜி.எம்மாகப் பொறுப்பேற்றுவிட்டான். நடேசன் வேறு அறைக்கு மாற்றப்பட்டு, அவர் இருந்த அறை கீர்த்திக்கு வழங்கப்பட்டது.

நடேசன் இதனால் கணிசமாக பாதிக்கப்பட்டார். ஒரு மாதிரி அவமானமாக இதை உணர்ந்தார்.

பர்ச்சேஸ் முதலிய பிரதானப் பகுதிகள் நடேசனிடம் இருந்து பறிக்கப்பட்டு கீர்த்தியிடம் ஒப்படைக்கப்பட்டது.

நடேசன் 'டம்மி ஜி.எம்' என ஒரே வாரத்தில் பரவலாக பேசப்பட்டு, அவர் காதிலும் அது விழுந்தது. போர்ட் மீட்டிங் கூட்டப்பட்டு, மற்ற அதிகாரிகளுக்கு கீர்த்திவாசனை ஜி.எம்மாக அறிமுகப்படுத்தி விட்டாள், வித்யா.

அவனது பொறுப்புகள், நடவடிக்கைகள், அவனுக்கு கம்பெனி வழங்கும் தனிப்பட்ட அதிகாரங்கள், அவனது எல்லைக்குள் இயங்க வேண்டிய அதிகாரிகள் என்று தனித்தனியாக வரையறுத்து அவள் சொல்லிவிட்டாள். அதை கம்பெனி உத்தரவாக மாற்றி, நோட்டீஸ் போர்டில் இடம்பெறச் செய்துவிட்டாள்.

அனைத்துக்கும் சிகரம் வைத்ததுபோல அந்த ஒரு வாரத்தில் பொறுப்பேற்ற உடனே ஒரு பிரபல எலக்ட்ரானிக்ஸ் டிவிஷனுடன் பேசி ஒப்பந்தம் செய்து விட்டான் கீர்த்தி. அதில் கம்பெனிக்கு நல்ல பெயரும் நாற்பது லட்சம் வருமானமும்.

வித்யாவே அசந்துவிட்டாள்.

அலுவலகத்தை விட்டு அவள் புறப்படும் நேரம் நடேசன் உள்ளே நுழைந்தார்.

"வாங்க சார்! என்ன விஷயம்?"

"இது என் ராஜினாமா..."

"நான் உங்களைப் போகச் சொல்லலை!"

"அதைத் தவிர பாக்கி எல்லாம் சொல்லியாச்சு!"

"மிஸ்டர் நடேசன்..."

"என்னைக் கொஞ்சம் பேச விடுங்க மேடம். நான் முப்பது வருஷ சர்வீஸ் போட்டவன் இங்கே. ஸாரி... நீங்க கவுன் போட்ட காலத்துல உங்களை எனக்குத் தெரியும். என் இடமும், உரிமைகளும் நேத்து வந்த ஒருத்தனால பறிக்கப்படறதை எப்படி என்னால் பொறுத்துக்க முடியும்?"

"உங்களை நான் வேலையை விட்டு நீக்கலை!"

"தண்டச் சம்பளம் வாங்க என் மனசு சம்மதிக்கலை!"

"இத்தனை நாள் அதைத்தானே சார் செஞ்சீங்க..."
"மேடம்!"

"ஷ்! முப்பது வருஷமா சுயமா நீங்களே கம்பெனிக்கு ஒரு பிஸினஸை... ஒரே ஒரு பிஸினசாவது பிடிச்சதுண்டா? கீர்த்தி பொறுப்பேற்று ஒரே வாரத்துல 40 லட்ச ரூபா வருமானம். முடியுமா வேற நபரால்? அப்பாவுக்காக உங்களை அனுமதிக்கறேன். இல்லை, ராஜினாமா தான் உங்க திடமான முடிவுனா, வெல்... உங்க கணக்குகளை நீங்க செட்டில் பண்ணிக்கலாம்."

நடேசன் சடாரென வெளியேறி விட்டார்.

தோளைக் குலுக்கி சிரித்துக்கொண்டாள் வித்யா.

புறப்பட்டாள்.

சட்டென நினைவுக்கு வர, இண்டர்காம் எடுத்து அழுத்தினாள்.

"புறப்படலையா கீர்த்தி?"

"இல்லீங்க வித்யா. இன்னும் மூணு மணி நேரம் வேலையிருக்கு. நான் புறப்பட நேரமாகும்."

"நாளைக்கு உங்க குவார்ட்டர்ஸ் ரெடி. ஞாபகமிருக்கில்லை...?"

"ம்...!"

"நான் இப்ப ஏதாவது உதவி செய்யணுமா?"

"அவசியம்னு நான் நினைக்கலை!"

"சரி! நீங்க வேலையைப் பாருங்க." ரிசீவரை வைத்துவிட்டு எழுந்தாள்.

இவனால் கம்பெனி சர்வதேச அரங்கில் ஒருநாள் கட்டாயம் வந்து நிற்கும். அப்பா உயிரோடு இருந்து சாதிக்க முடியாததை இவன் சாதிப்பான். அப்பாதான் தெய்வமாக இருந்து இவனை அனுப்பி வைத்தாரா?

போவதற்கு முன் அவனைப் பார்க்க வேண்டும்போல இருந்தது. அவன் அறை வாசலில் சென்று கதவை மெல்லத் தட்டினாள்.

"யெஸ்..."

உள்ளே நுழைந்தாள்.

சாம்பல் நிற ஸபாரியுடன் கம்பீரமாக தெரிந்தான் கீர்த்தி.

"என்ன வேணும்?"

"ஒண்ணுமில்லை. உங்களைப் பார்த்துட்டுப் போகணும்னு தோணிருச்சு கீர்த்தி..."

"பார்த்தாச்சு இல்லை... இடத்தைக் காலி பண்ணுங்க. எனக்கு நிறைய வேலை இருக்கு."

"என்ன வேலைன்னு நான் தெரிஞ்சுக்கலோமா?"

"ஸாஃப்ட் ட்ரிங்க்ஸ் யூனிட்டுக்கு ப்ராஜக்ட் தயாரிச்சிட்டிருக்கேன்."

"குட்! நான் வர்றேன். நாளைக்குப் பார்க்கலாம்."

சிரித்தபடி வெளியே வந்து காரில் ஏறினாள். அவள் மனம் எங்கோ பறந்து கொண்டிருந்தது.

அத்தியாயம் 8

அவுட்ஹவுசை அழகான ஒரு குட்டி பங்களாவாக மாற்றி இருந்தாள். டெலிபோன், பர்னிச்சர்கள் என சகல நவீன வசதிகளும் செய்யப்பட்டன. கீர்த்திக்கென தனி ஒரு ஆபீஸ் அறையே குளிரூட்டப்பட்டு அங்கே தயாராகிவிட்டது.

மறுநாள் அதிகாலை அவனை வரச்சொல்லி இருந்தாள் வித்யா. அவளும் நாலுக்கே எழுந்து குளித்து, பட்டுச்சேலை கட்டி, தலையில் மல்லிகையும் கனகாம்பரமும் குலுங்க, தன்னை ஈடுபாட்டுடன் அலங்கரித்துக் கொண்டாள்.

புது வீட்டில் பால் சகிதம் சகலமும் தயாராக இருந்தது. கீர்த்தி சரியாக நாலரைக்கு ஆட்டோவில் வந்து இறங்கிவிட்டான்.

வீட்டில் உள்ள முக்கிய பணியாளர்கள் நாணு, வசந்தி இருந்தார்கள்.

கீர்த்தி உள்ளே நுழைந்ததும் அவனை வரவேற்ற வித்யா, "ஆரம்பிக்கலாமா கீர்த்தி?"

"ம்...!"

விளக்கை ஏற்றினாள் வித்யா. பாலை அடுப்பில் வைத்தாள். ஊதுபத்தி பற்றவைத்து, சாமி படத்துக்கு தானே பூமாலை சாத்தி சகலமும் மகிழ்ச்சியுடன் செய்தாள்.

பால் பொங்கியதும் அதை இறக்கி, சாமிக்கு கற்பூர தீபாராதனை நடத்தி எல்லோருக்கும் கொடுத்தாள். தன் கையால்

வெள்ளி டம்ளரில் பாலை ஊற்றி கீர்த்தி கையில் கொண்டுவந்து தந்தாள்.

"தேங்க்யூ!"

அதை வாங்கி அவன் பருகினான்.

"நம்ம புது ஜி.எம் இருப்பிடம் இதுதான். நம்ம வீட்ல எனக்கு நடக்கற சகல மரியாதைகளையும் இவர்கிட்டேயும் நடத்தணும் நீங்கள்லாம், புரியுதா?"

"சரிம்மா!"

"நீங்கள்லாம் போகலாம்."

வசந்தி மட்டும் நின்றாள்.

"என்ன வசந்தி?"

"இன்னிக்கு சாப்பாடு...?"

"இன்னிலேருந்து இவருக்கு சாப்பாடு இங்கேதான். எனக்கும் இங்கேயே இன்னிக்கு கொண்டு வந்துரு."

"சரிம்மா..."

வசந்தி போய்விட்டாள்.

வீட்டை அவனுக்கு சுற்றிக் காண்பித்தாள் வித்யா.

"வீடு புடிச்சிருக்கா கீர்த்தி?"

"என் ஒருத்தனுக்கு இத்தனை பெரிய வீடு அவசியமா வித்யா?"

"இருக்கட்டும் கீர்த்தி. உங்க வேலைகளை கம்பெனிக்கு வந்துதான் நடத்தணும்னு இல்லை. பாதியை இந்த வீட்லவச்சே முடிச்சுக்கலாம்."

"சரிதான்!"

காலை உணவு வசந்தியால் எடுத்து வரப்பட்டது.

அவனுடன் உட்கார்ந்து சாப்பிட்டாள் வித்யா.

"வித்யா..."

"சொல்லுங்க கீர்த்தி."

"என்ன, என்மேல இத்தனை அக்கறை உங்களுக்கு?"

ஒரு நிமிடம் தடுமாறிப் போய்விட்டாள் வித்யா. இத்தனை நேரடியாக கேள்வி கேட்பான் கீர்த்தி என அவள் நினைக்கவில்லை.

"மனசுக்கு எது புடிச்சுப் போனாலும் அதுமேல ஒரு ஈடுபாடும், அக்கறையும் ஏற்படறது இயல்புதானே கீர்த்தி...?"

"ரொம்ப அழகா பதில் சொல்றீங்க."

"உங்களை விடவா...?"

"வித்யா, சாதாரணமா இருந்த ஒரு கீர்த்தியை இத்தனை உயரத்துல கொண்டுவந்து உட்கார வச்சிட்டீங்க. தகுதி இருக்குன்னு பதில் சொல்வீங்க. அது அப்புறம் எனக்கு இத்தனை செஞ்ச உங்களுக்கு நான் ஏதாவது செய்யணுமே வித்யா."

வித்யா சிலிர்த்துவிட்டாள்.

"நோ... நோ...! எதையும் பெரிசுபடுத்த வேண்டாம் கீர்த்தி" கூச்சத்துடன் சொன்னாள்.

"இல்லை. நான் உங்களை சந்தோஷப்படுத்த மாதிரி ஏதாவது செஞ்சே ஆகணும். உங்களுக்கு எது ரொம்பப் பிடிக்கும்? அல்லது உங்களால விரும்பப்பட்டு இதுவரைக்கும் அடைய முடியாத ஏதாவது ஒண்ணு உண்டான்னு சொல்லுங்க நான் அதை நிறைவேற்றி வைக்க முயற்சிக்கறேன்."

"அப்படி எதுவும் இருக்கறதா தெரியலை கீர்த்தி."

"யோசனை பண்ணி நிதானமா பதில் சொல்லுங்க. அவசரமில்லை!"

"சரி!"

"ஆபீஸ் புறப்படலாமா...?"

"முக்கியமான சில விஷயங்களை இந்த ஆபீஸ் ரூம்லவச்சே விவாதிச்சிரலாம் கீர்த்தி. இங்கேயும் வேலைகளைத் தொடங்கின மாதிரி இருக்கும்..."

"சரிங்க வித்யா."

மதியம் வரை அலுவல் சம்பந்தப்பட்ட முக்கிய விவாதங்களில் இருவரும் நேரத்தைக் கடத்தினார்கள். மதிய உணவும் அங்கேயே வந்தது. உணவை முடித்துக் கொண்டதும் வித்யா புறப்பட்டுவிட்டாள்.

"நாளைக்கு பார்க்கலாம் கீர்த்தி..."

"ஸீயூ!"

அவள் போய் பத்து நிமிடங்களில் நாணு உள்ளே நுழைந்தான் மெதுவாக.

"வாங்க நாணு..."

"அய்யா ஓய்வா இருக்கற நேரமா இது?"

"ம்... என்ன வேணும் நாணு?"

"உங்ககூட நான் கொஞ்சம் பேசணுமே..."

"சொல்லுங்க."

"நான் முப்பது வருஷத்துக்குமேல இந்த வீட்ல உழைச்சவன். இந்த உப்புல உடம்பை வளர்த்தவன்..."

"அப்படியா?"

"வித்யாவைத் தூக்கி வளர்த்ததே நான் தான்."

"ஒரு அப்பாவைப் போலன்னு சொல்லுங்க..."

"ஆமாம் தம்பி. அந்த உரிமைலதான் நான் பேச வந்திருக்கேன் இங்கே."

"சொல்லுங்க..."

"உங்க வரவு எங்க வித்யாம்மாவை கணிசமா மாத்தியிருக்கு..."

"புரியலை..."

"முன்னெல்லாம் எதிலும் ஒரு ஈடுபாடு இல்லாம, மென்மையா இருக்காம எதையும் ரசிக்காம கம்பெனி ஒண்ணுதான் வாழ்க்கைன்னு ரொம்பவும் எந்திரத்தனமா இருந்தாங்க."

"இப்ப மாறிட்டாங்களா?"

"நிறைய! அந்த ஆம்பிளைத்தனம் இல்லை இப்ப. ஒரு பொம்மனாட்டிக்குரிய கனிவும், இதமும் நிறையவே வந்திருக்கு. சிடுசிடுப்பு அறவே இல்லை. கோபம் குறைஞ்சாச்சு. எல்லார்கிட்டேயும் அன்பா நடந்துக்குது. அதுக்கும் முப்பது வயசு ஆகப்போகுது. இத்தனை வருஷமா மாறாத பொண்ணை கண்டிப்பா தலைகீழா மாற்றினது நீங்கதான்!"

"அய்யோ... நான் என்ன செஞ்சேன்?"

"நான் கணிச்ச இன்னொரு விவரத்தையும் என்னால இப்பவே சொல்ல முடியும்..."

"என்ன அது?"

"வேணாம். அதைச் சொல்ல நேரம் வரட்டும்."

"சரி! முக்கியமா நீங்க பேச வந்தது என்ன?"

நாணு சுற்றிலும் ஒருமுறை பார்த்தான். திறந்திருந்த கதவைச் சாத்திவிட்டு வந்தான்.

"ஏன் கதவை சாத்தறீங்க?"

"சுவருக்குக்கூட காது உண்டு தம்பி. இப்படி கிட்ட வாங்க, சொல்றேன்."

நாணுவின் அருகில் வந்தான் கீர்த்தி.

நாணு, கீர்த்தியின் காதில் விவரத்தை சொல்லிக் கொண்டே போக, கீர்த்தி அதிர்ந்துபோய் நின்றான்.

"இ... இது நிஜம்தானா?"

"ஆதாரமே இருக்கு தம்பி. என்னால இதை நிரூபிக்க முடியும்."

அதை ஆமோதிப்பதுபோல டெலிபோன் அழைத்தது.

✳ ✳ ✳

அத்தியாயம் 9

அடுத்து வந்த இரண்டு வாரங்களில் கம்பெனி அலுவல்களில் இருவருமே மூழ்கிவிட்டதால், சரியாக பேசிக் கொள்ளக்கூட முடியவில்லை. இடையிடையே கீர்த்திக்கு வெளியூர் போகும் வேலையும் இருந்தது. கம்பெனி தொடர்பாக வித்யாவும் நேரமின்மையால் வேறெந்த சிந்தனைக்கும் இடம் தராமல் பரபரப்பாக இயங்கிக் கொண்டிருந்தாள், அலுவலகத்தில்.

அன்று தான் சற்றுநேரம் வீட்டில் ஓய்வு கிடைத்தது. கீர்த்தி பெங்களூர் போயிருந்தான்.

அவன் இருப்பிடத்துக்குப் போனால் அவனோடு இருப்பதுபோலத் தோன்றும் என்பதால், எழுந்தாள்.

"வசந்தி..."

"என்னம்மா?"

"ஜி.எம். வீட்டை சுத்தம் பண்றீங்களா? ஒரு வாரமா அவர் ஊர்ல இல்லை."

"பண்றாங்கம்மா."

"திரைச்சீலைகளை மாத்தணும். புதுசு எடுத்துட்டு என்னோட வா வசந்தி."

"சரிம்மா!"

வசந்தி பின்தொடர, பூட்டைத் திறந்தாள் வித்யா

"நீ வேலையைக் கவனி!"

அவனது அலுவலக அறைக்குள் நுழைந்தாள். அதன் வழியாக படுக்கை அறைக்கு ஒரு வழி இருந்தது.

நுழைந்தாள்.

பெரிய கட்டிலும், வார்ட்ரோபும், அலங்காரக் கண்ணாடியுமாக அந்த அறை ஜொலித்தது. ஏராளமான இசைத்தட்டுகள், புத்தகங்கள், கேசட்டுகள் என்று சேர்த்து வைத்திருந்தான்.

கேசட்டுகளைப் பார்த்தாள்.

ஒன்றில் மட்டும் 'நான்' என்று எழுதப்பட்டிருந்தது.

அதை ரிக்கார்ட் பிளேயரில் போட்டு இணைப்புகள் தந்தாள் வித்யா.

ஒரு நிமிடம் மவுனமாக ஓடி,

'என்னுயிரே!' என்றது.

அது கீர்த்திவாசனின் குரல்தான். ஆர்வமானாள் வித்யா.

"என்னுயிரே! நேரில் சொல்ல முயற்சிக்கிறேன். ஆனால் முடியவில்லை. தயக்கம் தடை போடுகிறது. என்று உன்னை சந்தித்தேனோ, அன்றே என்னை நான் தொலைத்துவிட்டேன். தேடிப் பார்க்கிறேன். என்னைக் காணவில்லை.

நான் உன்னை நேசிக்கிறேன். நெஞ்சைப் பறிகொடுத்து விட்டேன். பெண்களை ஏறெடுத்தும் பார்க்காத நான், உன்னிடம் என்னை இழந்துவிட்டேன். இப்போது வெளியூர் செல்கிறேன். திரும்பி வந்ததும் மனதைக் கொட்டிவிடுகிறேன். தீர்ப்பை நீ எழுது!

தகுதி என்ற ஒன்று தடையாக இருந்தது நேற்றுவரை. அதுவும் தகர்ந்துவிட்டது இப்போது.

இனி மறைக்க இயலாது. என்னைப் புரிந்துகொள்வாயா என்னுயிரே?"

நாலைந்துமுறை போட்டுக் கேட்டுவிட்டாள் வித்யா. அவளுக்கு உடம்பெல்லாம் சிலிர்த்துவிட்டது.

"நீயும் என்னை நேசிக்கிறாயா கீர்த்தி?"

நேரில் சொல்ல நெஞ்சம் தயங்குகிறதா? அதனால்தான் ஒலி நாடாவில் உள்ளத்தை அனுப்பப் பார்க்கிறாயா? இதுவரைக்கும் நீங்க ஆசைப்பட்டு, அடைய முடியாதது ஏதாவது இருந்தா சொல்லுங்க. நான் அதை உங்களுக்கு வாங்கித் தர்றேன்.

"நான் விரும்புவது உன்னைத்தான் கீர்த்தி!"

"உன்னையே நீ வாங்கித் தரமுடியுமா? எனக்கு நீ செய்யும் உயர்ந்த பட்ச உதவி அதுதான்."

"அம்மா... அம்மா!"

வசந்தியின் குரல் கேட்டது.

"என்ன வசந்தி. இங்கேதான் இருக்கேன்!"

"எல்லாம் மாத்தி, புதுசா போட்டாச்சு, வந்து ஒரு முறை பாத்துருங்க!"

பார்த்தாள் வித்யா.

"வசந்தி! நம்ம ஜி.எம். பற்றி என்ன நினைக்கிற?"

வசந்தி தடுமாறிப் போனாள்.

"அம்மா நான்... எப்படி?"

"இதுக்கு ஏன்டி தடுமாற்றம்? அவரும் உனக்கொரு எஜமான் தானே? அபிப்ராயத்தைச் சொல்லேன்!"

"அவரை கட்டிக்கப் போறவ புண்ணியவதி, பாக்கியசாலி, வேற என்னம்மா நான் சொல்ல முடியும்?"

"அப்படியா சொல்ற நீ."

"ஆமாம்மா."

"அவரைக் கட்டிக்கப் போறவளே, அவரை சந்திச்சு நான்தான் உங்க வருங்கால மனைவி'னு திடீர்னு எதிர்ல போய் நின்னு சொன்னா எப்படி இருக்கும்?"

அவருக்கு அதிர்ச்சியா இருக்கும்.

"பெண்களையே ஏறெடுத்தும் பார்க்காத அவர், அந்த சமயத்துல எப்படி இதை எதிர்கொள்வார்?"

வசந்தி நெளிந்தாள்.

சட்டென சுதாரித்துக்கொண்டாள், வித்யா.

ஒரு வேலைக்காரிக்கு முன்னால் இந்த அளவு வெளிப்படையாக நடந்துகொள்வது தன்னை பலவீனப்படுத்தும் என்பதை உணர்ந்தாள்.

"சரி சரி! கதவைப் பூட்டிட்டு வா வசந்தி. நான் முன்னால போறேன்."

வித்யா நடந்தாள்.

'நாளை வருவான் கீர்த்தி. நாளையே அவனுக்கு முன் என்னை நான் வெளிப்படுத்திக்கொண்டு அவனை அதிர்ச்சிக்கு உள்ளாக்க வேண்டும். இன்ப அதிர்ச்சிக்கு தனக்கு முன்னால் இவள் முந்திக்கொண்டாளே என அவன் என்மேல் பொய்யாகக் கோபப்பட வேண்டும்.'

அவனை கட்டிக்கப் போறவ பாக்கியசாலி. வசந்திக்கு கூட தெரிந்திருக்கிறது. நாளை மனதை வெளிப்படுத்திவிடலாமா? நல்ல நாள்தானா? அவசரமாகக் காலண்டரைப் போய்ப் பார்த்தாள். முகூர்த்த நாள் என்றிருந்தது.

தன் அறைக்குள் நுழைந்து அப்பாவின் படத்துக்கு முன்னால் போய் நின்றாள்.

"டாடி!"

படத்தில் இருந்த மணிவர்மா புன்னகையுடன் அவளை ஏறிட்டார்.

"டாடி! நான் கீர்த்திவாசனை நேசிக்கிறேன். என் மனசை அவர்கிட்ட நான் பறிகொடுத்துவிட்டேன். உங்களுக்குப் பின்னால

உங்க மகளை, கம்பெனியை, சொத்துக்களை பாதுகாக்கற ஒரே ஆண்பிள்ளை அவர்தான் டாடி!"

"....."

"ஏன் மனசுல இருந்த மூர்க்கத்தை, அகந்தையை ஆணவத்தை விரட்டினது கீர்த்திவாசனோட வருகைதான். என்னைவிட பல மடங்கு புத்திசாலி அவர். என்னையும், எல்லாத்தையும் நான் ஒப்படைக்கட்டுமா டாடி?"

புகைப்படம் இன்னும் கூடுதலாகச் சிரித்ததைப்போல உணர்ந்தாள் வித்யா.

அன்று இரவு முழுவதும் அவள் உறங்கவில்லை. அதிகாலை எழுந்து குளித்து பட்டுச்சேலை கட்டிக்கொண்டாள். ஈரக் கூந்தலை ஆற்றுக் கட்டாக அமைத்துக் கொண்டு, தெய்வங்களை, மணிவர்மாவை வணங்கினாள்.

கீழே இறங்கி வந்தாள்.

அவுட் ஹவுஸ் வாசல்ல கார் வந்து நிற்பது தெரிந்தது. கீர்த்திவாசன் இறங்கி உள்ளே போவதை கவனித்தாள். மனது பரபரப்பை அணிந்துகொள்ள, வேகமாக அவுட் ஹவுஸை நோக்கி நடக்கத் தொடங்கினாள், வித்யா.

தன் வாழ்வில் ஒரு திருப்பத்தை உண்டாக்கப் போகும் நிமிடங்கள் அது என வித்யாவுக்கு புரிந்தது.

அது நிஜம்தான்!

ஆனால் வித்யா எதிர்பார்த்த திருப்பமல்ல அது என்பதை அவள் அப்போது உணரவில்லை.

✽ ✽ ✽

அத்தியாயம் 10

வித்யா ஏகப்பட்ட எதிர்பார்ப்புகளை, கனவுகளை சுமந்துகொண்டு கதவை நெருங்கினாள்.

அவனைப் பார்த்ததும் எப்படி தொடங்கவேண்டும் என்னவெல்லாம் பேச வேண்டும் என மனதுக்குள் ஒரு ஒத்திகை நடத்தி வைத்திருந்தாள் முன்னமே.

கதவை நெருங்கிவிட்டாள். அது சாத்தியிருந்தது. கையை மடக்கி தட்ட ஓங்கிய நிமிடம், கலீரென சிரிப்பொலி கேட்டது உள்ளே.

பெண் சிரிக்கும் ஓசை...

அதிர்ந்து போனாள் வித்யா. 'கீர்த்தி தங்கியிருக்கும் இடத்தில் பெண்ணின் சிரிப்பு சப்தமா?'

செவிகளைக் கூர்மையாக்கிக் கொண்டாள்.

"வந்ததும் வராததுமா ஜோக்கா!"

"ம்! உன்னை பார்க்காம ஒரு வாரமா தவிச்சுப் போயிட்டேன் நான்!"

"அதனாலதான் டேப்ல வசனம் பேசி ரகசியமா வச்சிட்டுப் போனீங்களா?"

"அடக்கள்ளி! கேட்டுட்டியா அதை?"

"மனசுல பட்டதை நேரா சொல்லாம, அதென்ன டேப் மூலம் தூது!"

"புதுசா இருக்கு."

"நீ இப்படி உடைச்சுப் பேசற பொண்ணுன்னு எனக்குத் தெரியுமா? அதனாலதான் மறைமுகமா மனைசச் சொன்னேன். எப்படி டேப்பைக் கண்டுபிடிச்ச?"

"நான் கண்டுபிடிக்கலை."

"பின்ன!"

"எஜமானியம்மா போட்டுக் கேட்டுட்டு இருந்தாங்க."

"யாரு வித்யாவா? அவ எங்கே இங்கே வந்தா."

"வீடு சுத்தமா இருக்காணு பார்க்க வந்தாங்க. உங்க ரூமுக்குள்ள போனாங்க. அப்ப போட்டுக் கேட்டாங்க."

"சரி விடு!"

"எனக்கு பயமாக இருக்குங்க."

"எதுக்கு வசந்தி பயம்."

"நான் இந்த வீட்ல சமையல்காரி. நீங்களோ மெத்தப் படிச்சவர். கம்பெனி ஜி.எம். நம்ம ரெண்டுபேரும் ஒண்ணா சேர முடியுமா? உலகம் அதை ஒப்புக்குமா?"

"நீயும் நானும் ஒப்புகிட்டா போதாதா? உலகம் என்ன உலகம்?"

"வித்யாம்மா என்ன சொல்லுவாங்களோ?"

"எதுவும் சொல்லமாட்டாங்க. ரெண்டுபேரும் ஒரு வகையில அவுங்க ஊழியர்கள். சம்பளம் தர்றாங்க. நம்ம சொந்த விஷயத்துல தலையிட வித்யாவுக்கு என்ன உரிமை இருக்கு."

"ஆனாலும்."

"என்ன ஆனாலும்? தடுத்துட்டா ரெண்டுபேரும் வெளியே போயிருவம். என் திறமைக்கு இந்தக் கம்பெனி இல்லைனா, இன்னொன்னு."

"உங்களுக்கு துணிச்சல் அதிகம்."

"அதனாலதான் குறுகின காலத்துல இத்தனை உயரம் தொட்டிருக்கேன் நான்."

"நான் ஒரு வேலைக்காரி. ஆரம்பப் பள்ளிக்கூடம் தாண்டாதவ. என்னை எப்படி நீங்க?"

"காதலுக்கு தகுதி முக்கியமில்லை வசந்தி. மனசுதான் பிரதானம். உன்னை எனக்குப் பிடிச்சிருக்கு!"

"நான் வித்யா அம்மாவோட கால் தூசுக்குப் பெறமாட்டேன்."

"மனைவியா வாழ வர்ற பெண்ணுக்கு புத்திசாலித்தனமும், கம்பெனி நிர்வாகமும் அவசியமில்லை. அன்பான மனசும், வீட்டு நிர்வாகமும் தெரிஞ்சாலே போதும். வித்யாவால நல்ல ஒரு எஜமானியா வாழ முடியும். ஒரு அன்பான மனைவியா அனுசரிச்சு நடக்க முடியாது. படுக்கையறைல பணிவுதான் பிரதானம். அது பட்டிமன்றமா மாறக்கூடிய அளவு மனைவி இருக்க வேண்டிய தேவையில்லை."

"நீங்க எதிர்பார்க்கற அந்தத் தகுதிகளை ஒரு படிச்ச பெண்ணால தர முடியும். ஆனா அவங்க புத்திசாலித்தனம் எனக்கு வருமா?"

"தேவையில்லை. நான் அதை எதிர்பார்க்கலை. போகட்டும். உங்கப்பாவுக்கு இதை நீ சொல்லியாச்சா?"

"இல்லை. சொல்லணும்."

"ஒத்துக்குவாரா?"

"தெரியலை."

"இது என்ன பதில்?"

"அவர் மனசு எனக்குப் புரியலை. அவர் பதிலைப் பற்றி நான் கவலைப்படவும் இல்லை. உங்களைப்போல ஒருத்தருக்கு மனைவியா மாறணும்னா, நான் எதையும் இழக்கத் தயாரா இருக்கலாம் இல்லையா?"

"அதுக்கு நீ தயாராத்தான் இருக்கணும் வசந்தி."

குரல் கேட்டு இருவரும் திரும்ப, வித்யா உள்ளே நுழைந்தாள்.

அவள் முகம் கணிசமாகச் சிவந்து, நரம்புகள் நெற்றியில் கோலம் போட்டுக்கொண்டு இருந்தது.

"வசந்தி நீ போகலாம். உன்னோட நான் அப்புறமாக பேச வேண்டிவரும்."

"அம்மா!"

"ம் போ."

"இரு வசந்தி. நீ போக வேண்டாம்" சட்டென அவளைத் தடுத்தான் கீர்த்தி.

"அவளைத் தடுக்க நீங்க யாரு கீர்த்தி?"

"அது அப்புறம் வித்யா. வசந்தியை நீங்க இப்ப போகச் சொல்றது உங்க ஊழியர்ங்கற காரணமா?"

"எதுவானா என்ன?"

"அதுவா இருந்தா நான் தடுக்கலை. பர்சனல் காரணங்களைக் காட்டி வசந்தியை மிரட்ட உங்களுக்கு உரிமை இல்லை வித்யா."

"நீங்க ரெண்டுபேரும் நின்னுட்டு பேசற இந்த இடம் என் வீடு. சாப்பிடறது என் சோறு."

"மன்னிக்கணும். இலவசமா எதையும் நீங்க தரலை மேடம். எங்க உழைப்புக்கு நீங்க தர்ற ஊதியம்தான் அது."

"உங்க தகுதிக்கு ஒரு வேலைக்காரியை, படிப்பு வாசனையே இல்லாத ஒரு சமையல்காரியை காதலிக்கறது உங்களுக்கே சரியாப்படுதா கீர்த்தி?"

அவளையும் மீறி குரல் இடறிவிட்டது.

"சாரி மேடம். மனைவியா இருக்க முதல்ல குறைந்தபட்சத் தகுதி ஒரு பெண்ணா இருக்கணும். அந்தப் பெண்கிட்ட கொஞ்சம் நாணமும், நளினமும் தூக்கலா இருந்தா உத்தமம். அது வசந்திகிட்ட நிறையவே இருக்கு. என்னை அதிகமாக வசீகரிச்ச வசந்தியோட முதல் குணம் அதுதான்."

"அவசியமில்லாம தலைகுனிஞ்சு நிக்கறது... வேண்டாம வெக்கப்படறது... இதெல்லாம் எனக்குப் பிடிக்காது வசந்தி."

"சொட்டோர்" என சவுக்கடி பட்டது போல நிமிர்ந்தாள் வித்யா.

"வசந்தி நீ போய் வேலையைக் கவனி."

கீர்த்தி சொன்னதும் வசந்தி நழுவிவிட்டாள்.

"உங்க சொந்த அபிப்பிராயத்துல தலையிட எனக்கு உரிமை இல்லை கீர்த்தி. ஆனாலும் ஒது புத்தி சாதுர்யமுள்ள இளைஞனுக்கு படிப்பறிவில்லாத, எந்த தெளிவும் இல்லாத பெண்ணா மனைவி?"

"எனக்குப் படிச்சிருக்கு வித்யா. ஒரு நாள்ல 1 மணி நேரமும் புத்திக்கு வேலை தர்றவன் நான். உங்களைப் போன்ற அறிவு ஜீவிகள்கிட்ட பழகறவன் நான். மீதி ஆறு மணி நேரம், உத்தியோகம் மறந்து, டென்ஷன் மறந்து, கவலையில்லாம நான் வாழணும்னா, வசந்தி மாதிரி ஒரு வெகுளி, அப்பிராணி என் வாழ்க்கைல வேணும். எனக்காக சமையல் செஞ்சு, என் முகம் பார்த்து, என் வியர்வையை புடவைத் தலைப்பால ஒற்றி எடுக்க, ஒரு பி.ஹெச்டி அவசியமில்லை. வசந்தியே அதிகம் அதுக்கு?"

"ஏன்? ஒரு படிச்ச பெண்ணால அந்த அனுசரணையைத் தர முடியாதா?"

"முடியாது. என்னோட முட்டாள்தனமான பேச்சுக்களைக்கூட வேதமா ஒப்புக்க வசந்தியாலதான் முடியும். என்னை ஒரு தேவனா ஆராதிக்க, பூஜிக்க வசந்திக்கு மட்டும்தான் தெரியும். தன்னைவிட, தன் கணவனை உயர்ந்தவனா நினைக்க வசந்திகள் மட்டும்தான் இந்த பூமிக்கு லாயக்கு."

"அதாவது உங்க ஆண் திமிருக்கு, ஈகோவுக்கு, பிதற்றலுக்கு இப்படி சகலத்துக்கும் வளைஞ்சு குடுக்க ஒரு வெகுளிப் பெண் மனைவியா வரணும். அவ மாடா உழைக்கணும். உடம்பால கேட்டப எல்லாம் சுகம் தரணும். வாழ்நாள் முழுக்க உங்க அடிமையாக இருக்கணும். இதுதானே உங்க ஆசை?"

ஒரு நொடி நிதானித்து அவளைப் பார்த்தான், கீர்த்தி.

"என் பதில் 'ஆமாம்'னு சொல்லிட்டா, நீங்க என்ன செய்யப் போறீங்க வித்யா?"

"இந்த நிமிஷம் வரைக்கும் நான் உங்க மேல வச்சிருந்த மதிப்பை இழக்க வேண்டி வரும்."

"காரணம்?"

"என்ன படிச்சும், எத்தனை புத்திசாலித்தனம் இருந்தும், பெண்ணை தன் வட்டத்துக்குள்ள சிறைப்படுத்த நினைக்கற ஒரு சராசரி ஆண் பிள்ளைக்கும் கீழே நீங்க இறங்கினதுதான் காரணம்!"

"இதுக்கு பேரு அடிமைத்தனமில்லை. அனுசரணை வித்யா."

"இல்லை! தனக்கு சமமாவோ, அல்லது அதுக்கும் மேலயோ மனைவி இருக்கக்கூடாதுங்கற ஆண்குணம். பொறாமை. பெண்ணை நசுக்கற ஈன புத்தி" கத்திவிட்டாள் வித்யா.

மவுனமாக இருந்தான் கீர்த்தி.

"ஏன் பேசலை? நிஜம் கசக்குதா?"

"இல்லை. இது என் சொந்த விருப்பம் உங்களை அது ஏன் பாதிக்குது வித்யா? எதுக்கு இத்தனை ஆத்திரப்படறீங்க?"

"பெண் இனத்தை காலங்காலமா ஆண்கள் அடிமையா நினைக்கறதை, நடத்துறதை ஒரு பெண்ணாக இருந்து என்னால பொறுத்துக்க முடியலை."

"சாரி வித்யா! நிஜமான காரணம் அது இல்லை."

"என்ன உளர்றீங்க?"

"உங்க ஆத்திரத்துக்குக் காரணம் வேற."

"என்ன அது?"

"நீங்க என்னைக் காதலிச்சீங்க."

அதிர்ந்துவிட்டாள் வித்யா.

எத்தனை அற்புதமாக என் மனதைப் பிடித்து வைத்திருக்கிறான் இவன்?

"நீங்க என்னைக் காதலிச்சதை தப்பனு நான் சொல்லலை. உங்க பி.ஏவாக நான் சேர்ந்தேன். இன்னிக்கு ஜி.எம்மா என்னை உயர்த்தியிருக்கீங்க. காரணம் நீங்க தரப்போற அடுத்த பதவி புருஷன். அதனால்தான் இந்த உயரம் எனக்கு."

வித்யா மவுனமாக இருந்தாள்.

"இந்த ஜி.எம். பதவிகூட என் அறிவுக்கோ, செயல்திறமைக்கோ தரப்பட்டதல்ல. உணர்ச்சிபூர்வமா உயர்த்தப்பட்டிருக்கேன். இதை நான் விரும்பலை. உங்களை மனைவியா நான் ஒப்புக்க முடியாம போனா, அதுக்கு முதல் காரணம் இதுதான்."

.....

"ஏன் பேசலை?"

"பேசி முடிங்க கீர்த்தி. அப்புறமா என் பதில்களை நான் சொல்றேன்."

"வெல்! பதவிகள் ஒவ்வொண்ணும் உங்களால தொடர்ந்து எனக்கு வழங்கப்பட்டுட்டே வரும். ஜி.எம்மா இன்னிக்கு உள்ள நான். நாளைக்கு கம்பெனி சேர்மனாக கூட மாறலாம், உங்க கணவன் பதவியைக் கைப்பற்றினா..."

.....

"ஆனா எல்லாமே குறிப்பிட்ட ஒரு காரணத்துக்காக வழங்கப்பட்டதுதான். என் திறமைக்காக இல்லை. நாளைக்கு நமக்குள்ள கருத்து மோதல் உண்டாக முடியாது. காரணம் கணவன், பதவி உள்பட சகல வேலைகளிலும் உங்களுக்கு நான் கீழ்படிஞ்சு நடக்கணும், காரணம் எல்லாமே நீங்க போட்ட பிச்சை."

"கீர்த்தி?"

"இருங்க முடிக்கலை நான்! வசந்தியை அடக்கி ஆளற ஆண் திமிர் எனக்குனு சொன்னீங்க. என்னை உங்க நிழல்ல கட்டி வைக்க நினைக்கற உங்க திமிருக்கு என்ன வித்யா பேரு?"

"கீர்த்தி என்னை நீங்க புரிஞ்சுகலை."

"புரிஞ்சுகணும்னு நான் நினைக்கலை வித்யா. ஒரு பதவி உயர்வோ, அதிக செல்வமோ, இல்லை சலுகையோ அளவுக்கு மீறி ஒருத்தர் அடைஞ்சா, பதிலுக்கு எதையாவது தர வேண்டித்தான் இருக்கும். நான் தரப்போறது என் சுய கவுரவம்."

"கீர்த்தி என்னாலகூட ஒரு நல்ல, அனுசரணையான மனைவியா வாழ முடியும்"

"நான் இதை நம்பலை."

"கீர்த்தி."

"காரணம் தன்னிச்சையான, சுதந்திரமான உங்க மனப்போக்கு அதுக்கு உங்களை அனுமதிக்காது. சாரி வித்யா நம்மால சேர முடியாது."

"இது நிச்சயம் தானா கீர்த்தி?"

"சத்தியம் வித்யா! நான் மட்டுமில்லை. பணத்துக்காக, பதவிக்காக மனைவிக்கு அடிமையா வாழ எந்தக் கணவனும் அத்தனை சுலபத்துல சம்மதிக்கமாட்டான். புத்திசாலிக் கணவனைச் சொல்றேன்."

"வெல்! இப்ப நான் பேசறேன் கீர்த்தி."

"கோ அஹெட்."

"ஒரு புத்திசாலியான, பணக்காரப் பெண்ணால எந்த உறவும் ஏற்படாமலே இத்தனை உயர்வு கிடைச்சிருக்கு உங்களுக்கு. உறவும் ஏற்பட்டா இன்னும் எத்தனை கிடைக்கும்?"

"வித்யா."

"இருங்க. உங்க வசந்தியால உங்களுக்கு ஏற்படப் போற பின்விளைவுகளை இப்பவே நான் சொல்றேன்."

"வேண்டாம்! நானே சொல்லிர்றன். உங்களை மறுத்து, வசந்தியை நான் மனைவியாக்கிக்கிட்டா, உடனே இந்த ஜி.எம் பதவி போகும். உங்க கம்பெனில எனக்கு வேலை போகும். இதைத்தானே பின்விளைவுனு நீங்க சொல்றீங்க."

"புரிஞ்சிட்டா சரி."

"வேறென்ன? உங்க செல்வாக்கு எட்டக்கூடிய எல்லைகள் வரைக்கும் என்னை நுழைய விடாம செய்யலாம்."

"கரெக்ட்."

சிரித்தான் கீர்த்தி.

"இந்த உலகம் ரொம்ப பெரிசு. அதுல வித்யாவோட ஆணைக்குட்பட்ட வட்டம் ரொம்ப ரொம்பச் சின்னது. என்னால வாழ முடியாதுங்கறது உங்க அபிப்ராயமா?"

"இல்லை! நிச்சயமா இல்லை! ஆனா மனுஷன் பூமில பிறக்கறதே சந்தோஷமா வாழத்தானே! ஒரு பெண்ணால உயரமும், இன்னொருத்தி காரணமா சரிவும் ஏற்படும் போது, எதைத் தேர்ந்தெடுக்கணும்னு தெளிவு வேண்டாமா?"

"நியாயம்! சுதந்திரம் அலுமினியத் தட்டுல. அடிமைத்தனம் தங்கத்தட்டுல. வயிறு நிறைய சோறு வேணும். தட்டு எதுவானா என்ன?"

"நான் நினைச்சா, இதேபோல ஒரு கீர்த்தியைத் தேர்ந்தெடுத்து உருவாக்கி, உயரவச்சு, என் விருப்பம் போல கணவனா மாற்றி வாழ்ந்து காட்ட முடியும். என் மனசு போல நடக்கற கணவன்."

"செய்ங்க."

"ஆனா உங்களால இந்த அளவுக்கு உயரவும் முடியாது. அப்படியே முடிஞ்சாலும் உங்க வசந்தி ஒருநாளும் வித்யாவாக முடியாது."

"எதுல?"

"நான் படிப்பைக்கூடச் சொல்லலை. அந்தஸ்துல ஒருநாளும் வசந்தியால வித்யாவாக முடியாது. தலையசைக்கற அடிமைக் கணவர்களை ஆயிரம்பேரை வரிசைல நிறுத்த முடியும் என்னால."

"ஆனாலும் பணத்துக்காக ஒரு இளைஞன் கணவரா வரலாம். அவனுக்கு பேரு கணவனில்லை. கூலிக்காரன், உழியன். அப்பட்டமா சொன்னா, ஆண் விபச்சாரி."

"கீர்த்தி."

"மனசோட ஒருத்தன் உங்க கால்ல மண்டி போட வந்தா, அன்னிக்கு என்னைப் பார்த்து ஏண்டானு கேளுங்க. இது நமக்குள்ள உண்டான சவால். நீங்க என்னை வெளில அனுப்ப வேண்டாம். நாளைக்கே என் ராஜினாமாக் கடிதம் உங்க கைக்கு வரும் சரிதானா?"

விரலை உயர்த்தினான் கீர்த்தி.

அத்தியாயம் 11

பதவியை ராஜினாமா செய்துவிட்டு கீர்த்தி விலகியதும், கம்பெனியே பலத்த பரபரப்புக்குள்ளானது.

யாருக்கும் வித்யாவிடம் நேருக்கு நேர் கேட்கும் தைரியம் வரவில்லை.

நடேசன் நமட்டுச் சிரிப்பு சிரித்தார்.

"தெரிஞ்ச கதைதானே? இவளோட அடக்குமுறைக்கு எத்தனை நாள் அவனும்தான் அனுசரிச்சுப் போக முடியும்? ஏடாகூடமா எதிர்த்துக் கேட்டிருப்பான். வெளில அனுப்பியிருப்பா. நாசூக்கான ராஜினாமா?"

ஏறந்தாழ கம்பெனி மொத்தமும், வெளி வட்டாரமும் இதையேதான் பேசியது.

இவளது அல்லி தர்பாரை அவனால் பொறுத்துக் கொள்ள முடியவில்லை என்று அலறியது.

வித்யா தன் அறைக்குள் மூடிய கதவுக்குள் குமுறிக் கொந்தளித்துக் கொண்டிருந்தாள்.

'நானா அல்லி தர்பார் நடத்துகிறேன். எத்தனை எதிர்பார்ப்புகளை வைத்திருந்தேன்? எனது எல்லாமும் உனக்குத்தான் என்று என்னையே தர சித்தமாயிருந்தேனே.

என்னைப் புரிந்துகொள்ளாமல், கேவலம் ஒரு சமையல்காரியின் பின்னால் போய்விட்டாயே! என்னை நீ விரும்பவில்லை என்பது

மட்டுமல்லாமல், என்மேல் பழியும் சுமத்தி சவால் விட்டுப் போயிருக்கிறாய்.'

மேசையில் அவனது புகைப்படம் வைத்திருந்தாள்.

அவள் மிகவும் நேசித்த, தன் மனதைப் பறி கொடுத்த ஒரே ஆண் மகன்!

கண்ணீர் பீறிட்டுக்கொண்டு புறப்பட, குப்புறப்படுத்து முதுகு குலுங்க அழுதாள் வித்யா.

அவள் வாழ்நாளில் என்றைக்கும், எதற்கும், யாருக்காகவும் அழுததில்லை.

இப்போது அழ வைத்துவிட்டான் கீர்த்தி.

இவனது ஆணவத்தை அடக்க வேண்டும். சவால் என்று வந்துவிட்ட பின்னால் காதலாவது, ஒன்றாவது...

சடாரென எழுந்தாள். ரிசீவரை எடுத்தாள். அலுவலகம் முயன்று, நடேசனை அழைத்தாள்.

"சொல்லுங்க மேடம்."

"கம்பெனில உயர் பதவிக்கு அதிகாரியை எடுக்கறதா விளம்பரம் குடுங்க. தகுதிகள் அதிகபட்ச கல்வித்தகுதி இருக்கணும். அழகு, அனுபவம், வயசு, எல்லாமே நான் சொல்றபடி இருக்கணும். குறிச்சுக்குங்க."

நடேசன். அவள் சொன்னவைகளைக் குறித்துக் கொண்டார்.

ரிசீவரை வைத்தாள்.

"சவால் விடறியா கீர்த்தி? நல்ல ஒரு அதிகாரியை, அழகனை, அறிவாளியை, அனுபவம் படிச்சவனைத் தேர்ந்தெடுத்து, அவனையே என் கணவனா மாத்தறேன்."

"உள்ள வரலாமாம்மோ?"

நுழைந்தது நாணு.

"எங்க வந்தீங்க?"

"அம்மாவுக்கு என்மேல ஏற்படற கோபம் நியாயம் தான் என்னைக் கொஞ்சம் பேச விடுவீங்களா?"

"உன் மக செஞ்ச காரியம் அற்புதம். இதைவிட வேசித்தனம் என்ன இருக்கு?"

"அம்மா கொஞ்சம் நிதானமா பேசுங்க! நீங்களும் அந்தத் தம்பியை நேசிக்கற சங்கதி என் மகளுக்கு எப்படித் தெரியும்? அப்படியே தெரிஞ்சாலும் நாங்க என்னம்மா செய்ய முடியும்? அந்தத் தம்பி வசந்தியை விரும்பியிருக்கு. ஆசை, பணத்தையும், படிப்பையும் கேட்டுகிட்டா வருது?"

தன் தோல்வியை அவனும் சுட்டிக் காட்டுவது இன்னும் அவமானமாக இருந்தது அவளுக்கு.

"என்னால நூறு கீர்த்திகளை வாங்க முடியும் நாணு"

"ஆனா உங்க பணமும், பதவியும் இந்தத் தம்பிகிட்ட செல்லலையேம்மா."

"நாணு."

"ஆத்திரப்படாதே தாயி! உன் விருப்பம் நிறைவேறலைன்னு அந்தத் தம்பியை நீ வேலையைவிட்டு விலக்கினது அராஜகம். ஒரு மனைவியா உன்னால வாழ முடியாதுனு தம்பி சொல்லிச்சு. பெண்ணாக்கூட வாழ முடியலையேம்மா. மென்மையும், தாய்மை குணமும் சேர்ந்தவ தான் பெண். ரெண்டும் இல்லைன்னா என்னம்மா லாபம்?"

"வெளியே போ."

"போறேன்மா! என்னை விரட்டலாம். என் மகளை, கீர்த்தியை விரட்டலாம். எல்லா மனிதர்களையும் விரட்டிவிட்டு தனியா உன்னால வாழமுடியாது தாயி! மனிதர்கள் இல்லாத உலகத்துல எதுக்காக நீ வாழணும்?"

"நாணு."

"நான் வர்றேன்மா."

நாணு வாசலில் இறங்கி நடந்தான். தன் வீட்டுக்கு வந்தான். அங்கு வசந்தியும், கீர்த்தியும் இருந்தார்கள்.

"என்ன சொல்றா வித்யா?"

"திமிர் இன்னும் அடங்கலை! அதிகமாயிருக்கு. போகட்டும் தம்பி! இப்ப அவளை அடக்கணும்னாக்கூட துருப்புச்சீட்டு என் கையில இருக்கு. தோட்டக்காரனுக்கும் அந்த ரகசியம் தெரியும். எடுத்துவிட்டா, ஒண்ணுமில்லாம ஆக்கிரலாம்."

"வேணாம்ங்க."

"ஏன் தம்பி?"

"என் சவாலை அதே வழியில்தான் நான் சாதிக்கப் பாக்கணும். நீங்க சொல்ற சங்கதி வித்யாவை எப்படிப் பாதிக்கும்?"

"நிச்சயமா தம்பி! தலைகுனிய வைக்காது?"

"வைக்காதுங்க. அது சட்டப்படி செல்லவும் செல்லாதுன்னு கோர்ட்டு சொல்லும். காரணம் வித்யாமேல தப்பில்லை. நான் வேற வழியில வித்யாவை சந்திச்சுக்கறேன்."

"எப்படி?"

"நீ தயாரா வசந்தி? புறப்படு."

"எங்கே தம்பி?"

"என்மேல நம்பிக்கை இருக்கு இல்லை? வசந்திக்கு நல்லதே நடக்கும் என்னால. கொஞ்சம் பொறுமையா இருங்க. சரிதானா?"

"சரி தம்பி."

"புறப்படு வசந்தி! போகலாம்."

"என்னங்க."

"சொல்லு."

"இருக்கற வேலையையும் நீங்க விட்டாச்சு. அந்தம்மா நினைச்சதை முடிக்கற பொம்பளை. உங்களைத் தலையெடுக்க விடாம செஞ்சிட்டா என்னங்க செய்ய முடியும்?"

"முடியும் வசந்தி. நீ பேசாம வா! எல்லாமே எனக்குத் தெரியும்."

"ம்!"

வசந்தி அவனுடன் பயத்துடன் புறப்பட்டாள்.

மறுநாள் காலை...

வித்யா அலுவலகம் புறப்படத் தயாராகிக் கொண்டிருந்தாள். தோட்டக்காரன் ஓடி வந்தான்.

"அம்மா."

"என்ன?"

"உங்களைப் பார்க்க கீர்த்தி அய்யா."

"ஒரு நிமிடம் மனம் துள்ளிவிட்டது வித்யாவுக்கு. தோல்வியை ஒப்புக்கொண்டு, தன்னைத் தேடி வந்துவிட்டானா?"

"அப்படித்தான் இருக்கும்."

"தோ வர்றேன். உட்காரச் சொல்லு."

கைப்பையுடன் சேலையைச் சரி செய்துகொண்டு வெளிப்பட்டாள் வித்யா.

படியிறங்கி வந்தவள் ஹாலில் கண்களைப் பதித்தாள்.

உறைந்தாள்.

பட்டு வேட்டியில் கீர்த்தி. பட்டுச் சேலையில் வசந்தி. இருவர் கையிலும் ரோஜா மாலை. உதட்டோரம் சிரிப்பு. கண்களில் சன்னமான களைப்புடன் கூடியக் கல்யாணக்கோலம்.

"உங்ககிட்ட சொல்லிட்டுப் போக வந்தோம் வித்யா! வசந்தி வித்யா கால்ல விழுந்து ஆசீர்வாதம் வாங்கிக்க. ம் நான் சொன்னா, வசந்தி மீறமாட்டா."

வசந்தி, வித்யாவை நெருங்கிக் கொண்டிருந்தாள்.

✻ ✻ ✻

அத்தியாயம் 12

அலுவலகத்தில் தன் அறைக்குள் குறுக்கும், நெடுக்குமாக ஒரு புயல்போல நடந்துகொண்டிருந்தாள் வித்யா.

தன் சவாலின் முதல் கட்டமாக மாலையோடு மனைவியை அழைத்துக்கொண்டு வந்துவிட்டான் கீர்த்தி.

வசந்திக்கு நான் ஆசீர்வாதம் செய்ய வேண்டுமாம்.

என்ன ஒரு திமிர் கீர்த்திக்கு!

நினைக்க நினைக்க ஆறவில்லை அவளுக்கு.

தன் உடமை என போன நிமிடம்வரை நினைத்த கீர்த்தி, கை நழுவியாகிவிட்டது.

இனி எனக்கில்லை!

சவாலை கீர்த்தி தொடங்கிவிட்டான். முதல் படியில் ஏறியும் நின்றாகிவிட்டது.

நானும் சளைத்தவளல்ல உனக்கு!

இண்டர்காம் ஒலித்தது. நடேசன்தான்.

"ஏழுபேர் வந்திருக்காங்க. பைலை உள்ள அனுப்படுமா முதல்ல?"

"ம்..."

பைல் வந்தது.

ஏழுபேரும் அவள் கேட்ட வயது, பர்சனாலிட்டி எல்லாம் உள்ள இளைஞர்கள் ஏராளமாகப் படித்தவர்கள். ஒரு நபரைத் தவிர மீதி அத்தனைபேரும் அயல்நாடு சென்றவர்கள். வேலை அனுபவம் பெற்றவர்கள்.

முதல் மூன்றுபேர் புலமையில் பிரமாதமாக இருந்தாலும், வித்யாவின் மனசுக்குப் பிடிக்கவில்லை.

நாலாவது...

கவுரிசங்கர்!

உள்ளே நுழைந்ததும், மெல்லிய சிரிப்போடு வணக்கம் சொன்னான்.

மீசையில்லாத மேலுதடு... சிரிப்பில் கொஞ்சமாக பெண் தனம்... நல்ல கோதுமை நிறம்... புருவ மத்தியில் குங்குமப் பொட்டு...

கேள்விகளை ஆரம்பித்தாள் வித்யா.

ஏறத்தாழ எல்லா கேள்விகளுக்கும் நிதானமாக, சின்ன ஓசையில் பதில் கொடுத்தான்.

"நெத்தில ஏன் குங்குமம், பெண் மாதிரி?"

ஒரு கோபத்துடன் அவளைப் பார்த்தான்.

"இந்தக் கேள்வி கிண்டலா மேடம்?"

"அப்படியே இருந்தா தப்புண்டா? கம்பீரமான ஆண் பிள்ளைக்கு நெத்தில எதுக்கு குங்குமம். அதுவும் இத்தனை பெரிசா?"

"நான் அம்பாள் பக்தன். இந்தக் கும்குமம் என் கவசம். பெண் மாதிரினு நீங்க வர்ணிச்சதுக்கு நான் பெருமைப்படறேன். பெண் ஈன்றெடுத்த பிறவிகள் தானே எல்லாரும். பெண்களை தெய்வமா மதிக்கற குடும்பம் எங்களது."

நிமிர்ந்து உட்கார்ந்தாள் வித்யா.

"தாய்க்கு மட்டும்தானே இந்த வர்ணனை?"

"ஏன் எல்லோருக்கும் பொருந்துமே! எல்லோரும் தாயாரின் அம்சம்தானே?"

"மனைவியுமா?"

"இதென்ன மேடம் கேள்வி? மனைவிதான் அதிகம் மதிக்கப்பட வேண்டிய மனுஷி. அவளும் நாளைக்கு ஒரு தாய்தானே?"

"நீங்க தனி மனிதர்தானே?"

"அப்படி எப்பவும் நான் நினைச்சதில்லை. அம்பாள் எப்பவும் என்னோட இருப்பா."

"நீங்க ஏன் இன்னமும் திருமணம் செஞ்சுக்கலை?"

"அதுக்கான நேரம் வரலைனு நினைக்கிறேன்."

"உங்க மனைவி எப்படி இருக்கணும்னு ஏதாவது கற்பனை உங்ககிட்ட உண்டா?"

"பெண்ணே அம்பாள் சொரூபம்தான். நான் நடந்துக்கற விதத்துல அவளும் இருப்பா. பெண்களை தன் கைப்பிடில வச்சிருக்க ஆண் ஆசைப்பட்டா, நல்ல மனைவியை எப்படி எதிர்பார்க்க முடியும்? மனைவியும் தாய் போலதானே? தட்டிக் கேக்கவும், கட்டி ஆளவும் அவளுக்கு உரிமை இல்லையா?"

இமைக்கவில்லை வித்யா.

"எப்படிப்பட்ட மனுஷன் இவன்? என் சவாலை நிறைவேற்றிக்கொள்ள தெய்வமாகப் பார்த்து அனுப்பி வைத்ததா?"

"பொண்டாட்டிதாசன்னு வர்ணிக்கப்படற ஆண்கள் சமூகத்துல மரியாதை இழக்கறதில்லையா? உங்க அபிப்ராயம் இதைப்பற்றி?"

"நான் அப்படி நினைக்கலை. தேவிதாசன்னு அம்பாளுக்கு தன்னை அர்ப்பணம் பண்றவனை பக்தனா மதிக்கற உலகம், மனைவிக்கு அடங்கி நடக்கற ஆண் பிள்ளையை ஏன் கேவலமா விமர்சனம் செய்யணும்? எல்லாம் நீதான்னு, சகல உறவுகளையும் துறந்து ஒரு பெண் வர்றது தியாகமில்லையா? அவளுக்கு அடிபணிஞ்சு நடக்க கணவனைவிட உன்னதமான பிறவி யாருண்டு இந்த உலகத்துல?"

"சபாஷ்."

கவுரிசங்கர் லேசான கூச்சத்துடன் சிரித்தான்.

"தன்னை விட எல்லாவிதத்திலும் உயர்ந்த ஒரு பெண் மனைவியா வந்துட்டா, உங்களால அதை ஒப்புக்க முடியுமா?"

"நிச்சயமா."

"உங்களுக்கு அது கேவலமில்லையா?"

"எப்படிக் கேவலம்? என் மனைவி உச்சில உலகம் பார்க்க நின்னா, அந்தப் பெருமை எனக்குத்தானே? எனக்கு மட்டும்தானே அவள் சொந்தம். அதைவிடப் பெருமை ஒரு ஆண் பிள்ளைக்கு வேற உண்டா?"

"ஸோ, அவ படிப்புக்கு, பணத்துக்கு, புகழுக்கு ஆசைப்பட்டு அவளை நீங்க மனைவியா மாத்திக்கலை...?"

"எதுக்கு? அவ படிப்பால எனக்கா அறிவு பெருகும்? பணம் நிலையானது இல்லை மேடம். புகழ் வெறும் மாயை எத்தனை நாளைக்கு சாசுவதம்? ஆனா கடைசி வரைக்கும் வாழ்க்கைத் துணைங்கற அந்த உறவு வருமில்லையா?"

அவனைக் கூர்ந்து கவனித்தாள் வித்யா.

'கீர்த்தியைவிட இவன் வசீகரமாகத்தான் இருந்தான். அறிவு என்று பார்த்தால் கொஞ்சமும் இவன் குறைந்தவனில்லை. படிப்பு கீர்த்தியைவிட அதிகம். பழகும் விதமும் படு பாந்தம். ஆனால் ஆண்மைக்குரிய அந்த கம்பீரம் மட்டும் கீர்த்தியிடம் கொஞ்சம் தூக்கலாக இருந்ததோ? கம்பீரம் என்பது உருவத்தில் மட்டும்தானா? பழக்கவழக்கங்களில், செயல்பாடுகளில் இல்லையா?

இவனை வேலைக்குச் சேர்த்துக்கொள்ள வேண்டும். ஒருமாத காலம் இவனது நடவடிக்கைகளை, திறமையை கூர்ந்து கவனிக்க வேண்டும். அதன்பின் முடிவெடுக்கலாம்!'

"வெல் மிஸ்டர் கவுரி! உங்களுக்கு இந்த ஜி.எம். பதவியை நான் தர்றதா தீர்மானிச்சிட்டேன்."

"தேங்க்யூ! எல்லாம் அம்பாள் கருணை."

"அந்த அம்பாள் கருணையில்லை மிஸ்டர் கவுரி. இந்த அம்பாள் கருணை!"

"என்னைப் பொறுத்தமட்டிலும் பெண்களே தேவியின் சொரூபம்தான். அந்த வகைல பார்த்தா நீங்களும் அம்பாளோட அம்சம்தானே?"

சரியான சிக்ஸர் அடி. சுருண்டுவிட்டாள் வித்யா.

உடனே வேலை தரப்பட்டது.

மறுநாளிலிருந்து கவுரிசங்கர் வேலைக்கு வரத்தொடங்கிவிட்டான். அவனையே கூர்ந்து கவனிக்கத் தொடங்கினாள், வித்யா.

கீர்த்தி அளவுக்கு வேகமில்லையோ என்று முதலில் தோன்றியது. ஆனால் செய்யும் தொழிலில் நல்ல ஈடுபாடும், நிஜமான உழைப்பும் தென்பட்டது. சுத்தமான வேலைத்திறன். மூன்று வார காலத்தில் வித்யாவை சுலபமாகக் கவர்ந்துவிட்டான், கவுரிசங்கர்.

அன்று புறப்படும் நேரம் அவனை வரச் சொன்னாள் வித்யா.

"என்னங்க மேடம்?"

"நாளைக்கு என் வீட்டுக்கு வர முடியுமா காலைல...?"

"சரிங்க மேடம்!"

"காரணம் வேண்டாமா?"

"இல்லாம அழைப்பீங்களா? அவசியம் வர்றேன்!"

"வரும்போது மல்லிகைப்பூவும், மஞ்சளும், குங்குமமும் வாங்கிட்டு வர முடியுமா?"

"மங்கலச் சின்னங்களாச்சே... மறுக்க முடியுமா? கட்டாயம் வாங்கிட்டு வர்றேன்."

அவனை அனுப்பிவிட்டு சில தீர்மானங்களுடன் எழுந்தாள் வித்யா.

✱ ✱ ✱

அத்தியாயம் 13

"உள்ள வாங்க மிஸ்டர் கவுரி."

கவுரிசங்கரின் பார்வையில் சின்னதாகத் தயக்கமும், கூச்சம் கலந்த சிரிப்பும் இருந்தது.

"உட்காருங்க."

தயக்கத்துடன் உட்கார்ந்தான்.

குளிர்பானத்துக்கு உத்தரவிட்டாள் வித்யா.

"வாங்க! வீட்டைச் சுற்றிப் பார்க்கலாம்."

"எ...எதுக்கு அதெல்லாம்?"

"இங்கே எல்லாம் உங்களுக்குத் தெரியணும். அதான்."

அவளைப் பின்பற்றி நடந்தான். மறுபடியும் பார்த்து முடித்துவிட்டுத் திரும்பி வந்தார்கள்.

"என்னோட சாப்பிடலாமே கவுரி."

"இ... இல்லை மேடம்."

"ஏன்? கூடாதா?"

"அ... அப்படியில்லை. எனக்கு எப்பவும் கூச்ச சுபாவம் அதிகம். அதனாலதான்."

"பெண்களை ஆராதிச்சு, ஆராதிச்சு பெண் குணமே வந்தாச்சு உங்களுக்கு. வெல். உங்களுக்கு உறவுனு யாரும் முக்கியமா இல்லைனு அன்னிக்கு சொன்னீங்க."

"ஆமாம்."

"உங்க வாழ்க்கைல எந்த முடிவுகளையும் நீங்கதான் தீர்மானிக்கணும் இல்லையா?"

"ஷ்யூர்."

"இன்னிக்கு மஞ்சள், குங்குமமும், மலர்களும் நான் ஏன் கொண்டு வரச்சொன்னேன்னு தெரியுதா உங்களுக்கு?"

"மங்கலச் சின்னங்களுக்கு காரணம் அவசியமா என்ன?"

"நிச்சயமா. சுபமான ஒரு நாளுக்கு அல்லது நிகழ்ச்சிக்குத்தானே மங்கலச் சின்னங்கள் அவசியம்?"

"ஆமாம்."

"அதனாலதான் கொண்டு வரச்சொன்னேன்."

"புரியலை!"

"நேரடியா விஷயத்துக்கு வர்றேன்."

கவுரிசங்கர் குழப்பத்துடன் அவளைப் பார்த்தான்.

"என்னைப்பற்றி உங்க அபிப்பிராயம் என்ன கவுரி?"

"வீராங்கனை! ஒரு ஜான்சிராணிபோல நினைத்ததை நடத்தி முடிக்கற ஆற்றல் இருக்கு. மொத்தத்துல பெண்குலம் உங்களைப் பார்த்துப் பெருமைப்படணும் மேடம்."

"எனக்குக் கணவரா வரப்போறவர் எப்படிப்பட்டவரா இருக்கணும் கவுரி?"

"எல்லா அம்சங்களும் நிறைஞ்ச ஒரு ஆண்மகனா இருந்தா நல்லது. உங்களுக்கு நிச்சயமா அப்படித்தான் அமையும் மேடம்."

"தேங்க்யூ ஆனா அப்படி ஒருத்தர் வந்துட்டா, எனக்கு இப்ப உள்ள சுதந்திரம் இருக்குமா? நான் அவருக்குக் கட்டுப்பட்டவள்தானே?"

"அதெப்படி? இத்தனை நாள் சிறகு விரிச்சுப் பறந்த நீங்க எப்படி ஒரு வட்டத்துக்குள்ள சிறைப்பட முடியும்? உங்க சிறகை

ஓடிக்கற ஒரு மனிதன் ஏன் இந்த வீட்டுக்குள்ள வரணும்? நீங்க யாருக்கும் அடங்க முடியாது. அடங்கவும் அவசியமில்லை."

"சரி கவுரி. நீங்க சொல்றது நடைமுறைக்கு சாத்தியமா? என் பேச்சைக் கேட்டு நடக்க, என்னோட இணைஞ்சு வாழ எந்த ஆண் பிள்ளை தயாராக இருப்பான்?"

"ஏன் மாட்டாங்க?"

"சொல்றது சுலபம் கவுரி. ஒரு பேச்சுக்குக் கேக்கறேன். உங்களையே என்னை மாதிரி ஒருத்திக்கு புருஷனா இருக்கச் சொன்னா, சம்மதிக்க முடியுமா உங்களால?"

"நிச்சயமா. பெண்ணை மதிக்கறவன் நான். அவளுக்குள்ள ஐக்கியமாறதைக் கேவலம்னு நான் நினைக்கலை."

அவனை ஏற இறங்கப் பார்த்தாள் வித்யா.

"சொல்லுங்க யார் உங்க கணவரா வரப்போற மனிதர்?"

"நீங்கதான் கவுரி."

கவுரிசங்கர் தடாலென எழுந்துவிட்டான்.

"எ... என்ன சொல்றீங்க மேடம்?"

"ஏன்? கூடாதா? நான் விளையாடலை. சீரியசாச் சொல்றேன். எனக்கு உங்களை ரொம்பப் பிடிச்சிருக்கு. உங்களை என் கணவரா நான் தேர்ந்து எடுத்திருக்கேன். உங்க விருப்பம் தெரிஞ்சுக்க நான் ஆசைப்படறேன்."

"அது... அது... நடக்காது மேடம்."

"ஏன்? எனக்கு கட்டுப்பட்டு நடக்க உங்க ஆண் மனசு சம்மதிக்கலையா கவுரி?"

"நிச்சயமா அது காரணமில்லை."

"அப்புறம்?"

"உங்க தகுதிகளுக்கு நான் குறைச்சல் இல்லையா?"

"இல்லை. அப்படி நான் நினைச்சிருந்தா, உங்களை இங்கே வரச் சொல்லியிருக்க மாட்டேன்."

"ஆனாலும்...?"

"லுக் மிஸ்டர் கவுரி. நீங்க தனி மனிதர். உங்க சம்பந்தப்பட்ட எந்த முடிவுகளுக்கும் யாரையும் நீங்க கேட்க வேண்டிய அவசியம் இல்லை. உங்களுக்கு இதுல விருப்பமிருந்தா, என் கணவரா வர சம்மதம்னா பதிலைச் சொல்லுங்க. இப்பவே வேண்டாம். போதுமான அவகாசம் தர்றேன் உங்களுக்கு. என்ன சொல்றீங்க?"

"ம்."

"இன்னும் சில விஷயங்கள்."

"என்ன?"

"என் கணவர் என ஆன பின்னால, கம்பெனில எனக்குக் கீழே ஒரு அதிகாரியா நீங்க இருக்க வேண்டாம். டைரக்டர்ஸ்ல ஒருத்தரா உங்களை ஆக்கிர்றேன். அவசியம் ஏற்பட்டா நீங்க கவனிச்சுக்கலாம். என்ன கேவலமா இருக்கோ?"

"எதுக்கு மேடம்? வீட்டு நிர்வாகமும் உசத்திதானே?"

"அதுக்கில்லை. நீங்க படிச்ச படிப்பும், திறமையும் செல்லாக்காசாகுது இல்லையா?"

"நான் அப்படி நினைக்கலை. ஒரு நல்ல பெண்கிட்ட அதையெல்லாம் நான் அர்ப்பணிச்சிட்டேன்னு நினைச்சுப்பேன். வெல், எனக்கு அவகாசமே வேண்டாம். உங்க கணவராக எனக்கு சம்மதம்."

"இந்த நிமிஷம் பேசறது சுலபம் கவுரி. என் கழுத்துல ஒரு தாலியை கட்டிட்டா, கணவர்ங்கற அந்தஸ்து வந்துட்டா அடுத்த நொடியே ஆணுக்குள்ள அதிகாரமும், ஈகோவும் வந்துராதா உங்களுக்கு? உங்க பேச்சை கேட்டு மனைவி நடந்துக்கணும்னு? ஆசை வராதா?"

"என்னை நீங்க நம்பினா, நான் ஒரு வழி சொல்றேன்."

"என்ன அது?"

"ஒரு ட்ரையல் நடத்தி பாத்துரலாம்."

"புரியலை."

"கணவன் மனைவி ரெண்டுபேரும் கொஞ்சநாள் ஒத்திகை நடத்திப் பார்த்துர்றது. அதுல நீங்க எதிர்பார்க்கிற அளவுக்கு நான் தேறிட்டேன்னா என்னை உங்க கணவரா ஏத்துக்கலாமே."

"நமக்குள்ள ஒத்திகை சரி. இந்த வீட்டுல, உலகத்து பார்வைல இந்த ட்ரையல் எடுபடுமா? ஆபாசமா இருக்காதா?"

"எல்லார் பார்வைலேயும் நாம நிஜமான தம்பதிகள் தான் மேடம்."

"எ... எப்படி கவுரி."

"ஏன்? ஊரைக் கூட்டித்தான் கல்யாணம் நடத்துணுமா? ரெண்டுபேரும் பதிவுத் திருமணம் செஞ்சுக்கிட்டம்னு சொன்னா நம்பமாட்டாங்களா? அப்படி ஒரு அறிவிப்பு திடீர்னு தந்துட்டா இந்த வீட்ல வச்சு முக்கியமான நபர்களுக்கு ஒரு பார்ட்டி தந்துர்றது. போதாதா?"

"சரிப்படுமா?"

"எதைப்பற்றியும் கவலைப்படாம, மகள்னு பார்க்காம மயானம் போன பெண் நீங்க தகப்பனுக்கு கொள்ளி வச்ச முதல் பெண்மணி. யார் உங்களை தடுக்க முடியும்? சொல்லுங்க."

அவனை சற்று மதிப்புடன் பார்த்தாள்.

"இந்த ஒத்திகைல நான் ஜெயிச்சிட்டா, உங்க எதிர்பார்ப்புகளை தொட்டுட்டா என்னை உங்க கணவரா ஒப்புக்குங்க. இல்லைனா, நண்பர்களா பிரிவோம்."

வித்யாவுக்கும் அவனது யோசனை சரியாகப்பட்டது.

"வெல்! எனக்கும் இது பிடிச்சிருக்கு கவுரி. ரிசப்ஷனுக்கு மட்டும் ஒரு கார்டு அடிக்கணும். ஏற்பாடு செய்யுங்க. நல்ல நாளா, நீங்களே முடிவு செய்யுங்க."

கவுரிசங்கர் தலையசைத்தான். புறப்பட்டான்.

✳ ✳ ✳

அத்தியாயம் 14

"நான் வரலாமா உள்ளே?"

குரல் கேட்டு நிமிர்ந்த நாணு, அதிர்ந்துபோனான். தன் குடிசை வீட்டுக்குள் வித்யாவா?

"அ...அம்மா நீங்களா? நீங்களா இவ்ளோ தூரம்?"

"ஏன்? வரக்கூடாதா நாணு?"

"உங்களை உட்கார வைக்க, ஒரு நாற்காலிகூட எங்கிட்ட இல்லையேம்மா."

"பரவால்லை. அதுக்கு அவசியம் இல்லை. எங்கே உன் மகளும், மாப்பிள்ளையும்?"

"அவங்க இங்கே இல்லைம்மா. வேறொரு இடத்துல வீடு பார்த்துட்டு போயிட்டாங்க."

"கீர்த்திக்கு வேலை கிடைச்சதா?"

"இல்லைம்மா. தேடிட்டு இருக்காரு."

"பின்ன எப்படி சாப்பிடறாங்க?"

"அதுவும் தெரியலை. எங்கிட்ட எதையும் சொல்றதில்லை. தனி வீடு பார்த்துட்டு ரெண்டுபேரும் போயாச்சு. ஏன்மா?"

"எனக்கு வர்ர வெள்ளிக்கிழமை கல்யாணம். வெளியூர்ல. இங்கே சாயங்காலம் அதே நாள்ல வரவேற்பு. அதுக்கு

நீங்கள்ளாம் அவசியம் வரணும். முக்கியமா கீர்த்தி வரணும். அவர் வீடு இப்ப எங்கே?"

"நீங்க சிரமப்பட வேணாம்மா. நான் பத்திரிகையை அவங்ககிட்ட சேர்த்துர்றேன். அவசியம் வருவாங்க, அவங்க ரெண்டுபேரும். வரச் சொல்றேன்."

"அதுபோதும். நீங்களும் வந்துருங்க நாணு."

அவன் கையில் அழைப்பிதழைத் தந்துவிட்டு ஒருவித வெற்றிச் சிரிப்புடன், அங்கிருந்து அகன்றாள்.

நாணுவிடம் லேசான படபடப்பு இருந்தது. அவள் கார் மறைந்ததும், அவசரமாக நாணு புறப்பட்டுவிட்டான்.

பத்தாவது நிமிடம் அந்தச் சிறிய வீட்டின் கதவை நாணு தட்ட, வசந்தி வந்து கதவைத் திறந்தாள்.

"வாங்க நைனா."

"கீர்த்தி இல்லையாம்மா?"

"ஏன் நைனா?"

"இதைப்பாரு."

வசந்தி அதைக் கையில வாங்கிப் பார்த்தாள். வரவேற்பு அழைப்பிதழ்.

"நைனா" அதிர்ச்சியில் அவள் குரல் இடறியது.

"இ... இது நிஜமா நைனா?"

"பெரிய இடத்துப் பொண்ணு. பொய்யா சொல்லும். கீர்த்தி வர நேரமாகுமா வசந்தி?"

"வந்துட்டே இருக்கேன்" கீர்த்தி உள்ளே நுழைந்தான்.

"என்னங்க...! விஷயம் தெரியுமா உங்களுக்கு?"

"வித்யாவுக்கும், கவுரிசங்கருக்கும் கல்யாணம். வெள்ளிக்கிழமை சாயங்காலம் வித்யா வீட்ல வரவேற்பு. இதுதானே செய்தி?"

"உ... உங்களுக்கு எ... எப்படி?"

"கீர்த்திக்குத் தெரியாம அத்தனை சுலபமா எதுவும் நடந்துற முடியாது வசந்தி. ரிசப்ஷனுக்குக் கட்டிக்க நல்ல சேலை இருக்கா உங்கிட்ட?"

"ம். பட்டு சேலையே இருக்கே."

"அதை நீ கட்டிக்க வேண்டாம்."

"ஏன்?"

"காரணம் இருக்கு. உங்கிட்ட ஒரு கைத்தறி சேலை நல்லதா ஒண்ணை எடுத்துக் கட்டிக்க."

அழைப்பிதழை அவனிடம் கொண்டுவந்து காட்டினாள்.

"குட்."

"என்னங்க."

"சொல்லு வசந்தி."

"நாம மோசம் போயிட்டமா?" அவள் கண்கள் தளும்பி கண்ணீர் விழட்டுமா என கேட்டது.

"ஏன்? இதுல மோசம் போக என்ன இருக்கு?"

"எல்லாம் தெரிஞ்சும், எதுவுமே புரியாத மாதிரி நடந்துட்டா என்ன அர்த்தம்?"

"புரியலை."

"ஊர்ல நாலுபேர் பார்க்க அழைப்பிதழ். நாலு பேரைக் கூட்டிவச்சு வரவேற்பு. தோத்துட்டமா நாம?"

"இல்லை வசந்தி. இனிமேல்தான் கதையே தொடங்கப்போகுது. அங்கே வச்சு பிள்ளையார் சுழி போடறேன் பாரு."

"எனக்குக் கவலையா இருக்கு."

"நானிருக்கேனில்லை? பயப்படாம இரு."

"தம்பி. உங்களுக்கு வேலை எதுவும் கிடைக்கலையா?"

"எல்லா ஏற்பாடுகளையும் செஞ்சு வச்சிட்டேன். அடுத்த வாரம் ஆர்டர் வந்துரும்."

"விஷயம் தெரிஞ்சு வித்யா கெடுத்துட்டா?"

"பாரு வசந்தி. வித்யா இல்லை, அவளைப் படைச்ச ஆண்டவனேகூட அசைக்க முடியாது. காரணம் யாரையும் எப்பவும் நான் சார்ந்து நிற்கமாட்டேன். சொந்தக்கால்ல நின்னுதான் பழக்கம் எனக்கு. புரியுதா? சாப்பாடு எடுத்து வை. பயங்கர பசி எனக்கு."

"நீங்களும் வாங்க நைனா. மூணு பேரும் ஒண்ணாவே சாப்பிடலாம்."

கீர்த்தி மளமளவென தன் அடுத்த கட்ட செயல்பாட்டுக்கான திட்டங்களை மூளையில் கம்போஸ் செய்ய ஆரம்பித்தான் உடனே.

அத்தியாயம் 15

வித்யாவின் வீடு அலங்கரிக்கப்பட்டு இருந்தது. பணியாளர்கள் சுறுசுறுப்பாக இயங்கிக்கொண்டு இருந்தார்கள். அங்குமிங்கும் பாய்ந்து செயல்பட்டுக் கொண்டிருந்தார்கள்.

மாலை சுமார் ஆறு மணியிருக்கும்.

வித்யா தன்னை பிரமாதமாக அலங்கரித்துக்கொண்டு தன் அறையில் இருந்து வெளிப்பட்டாள்.

பக்கத்து அறைக் கதவைத் தட்டினாள்.

"கவுரி ரெடியா?"

"வந்துட்டேன் வித்யா."

கவுரிசங்கர் பட்டு வேட்டியுடன் வெளிப்பட்டான்.

அரைமணி நேரத்தில் ஆட்கள் சேர்ந்துவிட்டார்கள். மிகமிகக் குறைந்த ஆட்கள்.

ஒரு இருபதுபேர் இருக்கலாம்.

மெலிதான நாதஸ்வர இசை வீடு முழுக்கக் கமழ, வரவேற்பு சோபாவில் கவுரிசங்கரும், வித்யாவும் அமர்ந்து கொண்டார்கள்.

நண்பர்களும், அலுவலக முக்கிய அதிகாரிகளும் பரிசுப்பொருட்களுடன் அவர்களை அணுகினார்கள்.

வித்யா, கவுரிசங்கருடன் சிரித்துச் சிரித்துப் பேச, அவனும் பதில் சொல்லிக் கொண்டிருந்தான்.

வித்யாவின் விழிகள் அடிக்கொருதரம் வாசலில் பதிந்து பதிந்து மீண்டன.

சாதாரண வேட்டி, சட்டையுடன் கீர்த்தி உள்ளே நுழைந்தான். பின்னால் கைத்தறிச் சேலையுடன் வசந்தி. சடாரென நிமிர்ந்துவிட்டாள் வித்யா.

"வாங்க... வாங்க..."

அவர்களை நெருங்கினான் கீர்த்தி.

"கவுரி இவரை நீங்க முக்கியமா தெரிஞ்சுக்கணும்" குரலில் எகத்தாளத்துடன் அறிமுகப்படலத்தை ஆரம்பித்தாள் வித்யா.

"யாரு வித்யா?"

"மிஸ்டர் கீர்த்தி. உங்களுக்கு முன்னால ஜி.எம்மா இருந்தவர். பயங்கரப் புரட்சி செஞ்சிருக்கார். ஏன்... சாரி. நம்ம வீட்ல வேலைக்காரியா இருந்த வசந்தியைக் கட்டிக்கிட்டார். அதனால இப்ப வேலையில்லாம இருக்கார்."

வசந்தியின் முகம் கடுகடுப்பாக மாறியது.

கீர்த்தி கொஞ்சமும் சலனப்படாமல் அதே சிரிப்போடு நின்றான்.

"இவர் உங்களை மாதிரி படிச்சவர், பதவில இருந்தவர், திறமைசாலி எல்லாம்தான். எல்லா விஷயங்கள்லேயும் ரெண்டுபேரும் ஒண்ணுதான். ஒரே ஒரு விஷயம் தவிர..."

"என்ன வித்யா அது?"

"நீங்க பெண்களை, குறிப்பா மனைவியை தெய்வமா பூஜிக்கறவர். இவர் அவளை அடக்கி ஆள நினைக்கிற ஈகோ உள்ள ஆண்பிள்ளை."

கவுரிசங்கர் ஒன்றும் பேசவில்லை.

"என்ன வசந்தி. உனக்கு ஒரு பட்டு சேலைகூடவா இல்லை? நான் தரட்டுமா?"

வசந்தி கீர்த்தியைப் பார்த்தாள்.

"ஏன் புருஷனைப் பாக்கற? எனக்கு பதில் சொல்லு."

"சாரிங்க. அவ நாலுபேர் இருக்கற இடத்துல இப்படியெல்லாம் ஆர்ப்பாட்டமா பேசமாட்டா. பேச வராது அவளுக்கு. உங்களுக்கு நான் பதில் சொல்லலாமா?"

"ம்…"

"பட்டுச் சேலை அவகிட்டேயும் இருக்கு."

"அப்புறம் ஏன் கட்டலை?"

"நான்தான் தடுத்தேன்."

"ஓ… சேலையைத் தேர்ந்தெடுக்கற உரிமையைக்கூட அவ இழக்கத் தொடங்கியாச்சா?"

"இல்லை. நான் எந்த சேலை கட்டினா, உங்களுக்குப் பிடிக்கும்னு அவதான் என்னைக் கேட்டா. கைத்தறினா எளிமையா, அழகா இருக்கும். நீ மனைவி. நல்ல மனைவி. குத்துவிளக்கா ஒளி வீசினா போதும். குடும்பத்துக்கு அதுதான் அழகுனு நான் சொன்னேன். தெருவிளக்கா இருந்தா வீதில நாலுபேருக்கு வெளிச்சம் கிடைக்கும்தான். வீட்டுக்கு என்ன லாபம்?"

வித்யாவின் முகம் சட்டென விழுந்துவிட்டது.

இருவரையும் யாரோ சாப்பிட அழைத்தார்கள்.

"இந்தாங்க. இது எங்களோட எளிமையான பரிசு."

கீர்த்தி நீட்டினான்.

"என்ன இது?" வித்யா அலட்சியமாகக் கேட்டாள்.

கீர்த்தி பொட்டலத்தைப் பிரித்தான்.

கண்ணாடிப் பெட்டிக்குள் தந்தத்தில் செய்த சிதம்பரம் கோவில் கோபுரம்.

"என்ன கோவில் இது?"

"சிதம்பரம். உங்க கணவருக்காக வாங்கிட்டு வந்த பரிசுதான். அவர் அறைல வச்சுக்கட்டும். இதைப் பார்த்தாவது அவர் புரிஞ்சுகட்டும்னுதான். என்ன சார்?"

வித்யா பற்களை அரைத்தாள்.

"ரெண்டுபேரும் சாப்பிடப் போங்க" கவுரிசங்கர் மெல்லிய குரலில் சொன்னான்.

"சாரி. நாங்க புறப்படறம்."

"ரிசப்ஷனுக்கு வந்து சாப்பிடாம போனா எப்படி?"

"இல்லைசார். எனக்கு இவ கையால சமையல் செஞ்சு சாப்பிட்டாத்தான் பிடிக்கும். மனைவிங்கற உறவு இது மாதிரி அனுசரணைகளுக்குத்தானே? பாவம் நீங்க. வரட்டுமா? வா வசந்தி."

"கீர்த்தி ஒரு நிமிஷம் நில்லுங்க."

நின்றான்.

"சமைக்கத்தான் மனைவி. அரிசி, பருப்பு வாங்கிப் போடவாவது வகையிருக்கா உங்களுக்கு?"

"அது இருக்கோ இல்லையோ, அடி வயித்துல ஈரத் துணியைப்போட்டுக்கிட்டாலும் நெஞ்சுல அன்பு இருக்கு மேடம். அடக்குமுறை இல்லை. அதிர்ந்து பேசாத அம்சமான மனைவி அமைஞ்சிருக்காளே, அதுவே விருந்து தானே எனக்கு."

'விருட்'டென திரும்பி நடக்கத் தொடங்கினான் கீர்த்தி. வசந்தியும் பின்தொடர்ந்தாள்.

வித்யா அவர்களையே பார்த்துக்கொண்டு நின்றாள். அதிகம்பேரை அவள் அழைக்கவில்லை. இந்த ஏற்பாடே, ஒரளவு அவன் வரவுக்குத்தான். அதில் அவன் முகத்தைச் சுருங்க வைத்துவிட வேண்டும் என்றுதான் திட்டமிட்டு இருந்தாள். ஆனால் நடக்கவில்லை.

சகலத்திலும் பதிலுக்கு பதில்.

கொஞ்சம்கூட சளைக்காமல் பேசிவிட்டு, அதே 'ட்ரேடு மார்க்' சிரிப்புடன் கம்பீரமாக நடந்து போகிறான்.

எப்படி முடிகிறது இவனால்?

இந்த நிமிடம் வரை வேலையில்லை. பணத்துக்கு வழியில்லை. ஆனால் அந்த பாதிப்பு கொஞ்சமும் அவனிடம் இல்லை. எதையும் எளிதாக நினைக்கிறான். அனாயாசமாகக் கையாள்கிறான்.

வித்யாவுக்கு இந்த முயற்சியில், இன்றைய நிகழ்ச்சியில் தான் தோற்றுவிட்டதைப் போலிருந்தது.

கூட்டம் கலையத் தொடங்கிவிட்டது.

இரவ மணி பத்து.

அவர்கள் இருவர் மட்டுமே மிஞ்சியிருந்தார்கள்.

"சாப்பிடலாமா வித்யா?"

"வேணாம் கவுரி. எனக்குப் பசிக்கலை."

"ஏன்?"

அவனிடம் தன் தோல்வியைக் காட்டிக் கொள்ளக் கூடாது எனத் தோன்ற, சுதாரித்துக்கொண்டு மெல்ல சிரித்தாள்.

"ஒண்ணுமில்லை. பசியில்லை. நீங்க சாப்பிட்டு வாங்க கவுரி."

"வேண்டாம்."

"ஏன்?"

"உன்னோட வாழ்நாளையே பங்கு போட்டுக்க வந்தவன் நான். இந்த நிமிஷம் இது ஒத்திகையாக இருக்கலாம். பேரளவுல ரெண்டுபேரும் கணவன் மனைவியாக இருக்கலாம். ஆனா நான் அப்படி நினைக்கலை வித்யா. உன்னை ஆத்மார்த்தமா நேசிக்கறேன், மதிக்கறேன். பசியும், உறக்கமும், உல்லாசமும், பாதிப்பும் எதுவா இருந்தாலும் உனக்கு என்னவோ அதுதான் எனக்கும். சரிதானா?"

சிலிர்த்துவிட்டாள், வித்யா.

"கவுரி..."

"உனக்கு களைப்பா இருக்கு. முகம் பார்த்தாலே தெரியுது. உன் அறைக்குப் போ."

அவள் நடந்தாள் தன் அறை நோக்கி.

கவுரிசங்கர் சூடாக ஒரு டம்ளர் பாலை மட்டும் வாங்கிக்கொண்டு அவள் அறைக்குள் நுழைந்தான்.

"இத சாப்டுட்டு படு வித்யா. வெறும் வயிறா இருந்தா தூக்கம் வராது. ப்ளீஸ்!"

கனிவுடன் அவன் அதை நீட்ட,

பெற்றுக்கொண்டாள் வித்யா.

"தேங்க்யூ கவுரி."

"குட்நைட் ஹெவ் எ குட் ஸ்லீப்" அவன் வெளியே வந்துவிட்டான்.

கட்டிலில் சரிந்த வித்யா, நீல விளக்கை அமைத்துக்கொண்டு படுத்தாள்.

குழப்பமாக வந்தது.

கீர்த்தியின் சவாலும், எதற்கும் வளைந்து கொடுக்காத கம்பீரமும், திமிரும், அந்த ஆண்மையும் அசத்துகிறது. அதேசமயம் இதமும், அன்பும், சற்றுவாடாத அந்த முகமும் ஏன் என்னை வாட்டுகிறது?

நான் என்ன செய்வேன்?

கவுரிசங்கர் என்றும் இதே நேசமுடன் இருந்தால், கீர்த்தியை நான் ஜெயிக்க முடியுமா?

இதில் கீர்த்திக்கு எந்தவிதத்தில் தோல்வி?

ஏன் இந்த சவாலும், ஒத்திகை நாடகமும்?

அவளுக்கே குழம்பிவிட்டது ஒரு நொடி. கண்களை இறுக மூடிக்கொண்டாள்.

கவுரிசங்கரைவிட கீர்த்திதான் அதிகம் வந்தான். சிரித்தான். கம்பீரம் காட்டினான். விரல் உயர்த்தி சவால் விட்டான்.

திரும்பத் திரும்பக் கீர்த்தி...

அதிர்ந்துபோய் எழுந்து உட்கார்ந்தாள் வித்யா.

கீர்த்தியை மறக்கவோ, வெறுக்கவோ என்னால முடியாதா? அவன்தான் என் நெஞ்சம் முழுக்க நிறைந்து நிற்கிறானா? அதனால்தான் கவுரியைத் திருமணம் செய்து கொள்ளாமல், நான் இந்த நாடகம் நடத்துகிறேனா?

ஏன் எனக்கு இந்த இரட்டை வாழ்க்கை?

அறிந்தவர்கள் மத்தியில் இனி நான் கவுரிசங்கரின் மனைவி.

ஆனால் மனதுக்குள் இன்னமும் கீர்த்தி.

கீர்த்திக்கோ என்மேல் கடுகளவும் ஈடுபாடும் இல்லை. வசந்தி அவனுக்கு மனைவியும் ஆகிவிட்டாள்.

தான் பலவீனப்படுவதைப் போல உணர்ந்தாள் வித்யா.

கூடாது.

இனி எப்படியும் கீர்த்தி எனக்கில்லை.

இந்த கவுரிசங்கர் நல்ல மனிதன். இவனை வைத்துக் கொண்டு, கீர்த்தியை ஆட்டி வைக்க வேண்டும். என் காலடியில் வந்து விழ வைக்க வேண்டும். அதுதான் நிஜமான வித்யா.

உறக்கம் அவளை ஆட்கொண்டது. உறங்கிப் போனாள்.

நள்ளிரவு நேரமிருக்கும். அந்த வீடே நல்ல உறக்கத்தில் இருந்தது.

கவுரிசங்கர் மட்டும் உறங்கவில்லை. மெல்ல எழுந்தான். தூரத்தில் தேவாலய மணி ஓசை கேட்டது.

கட்டிலை விட்டு விலகினான். சாம்பல் நிற சால்வையை எடுத்து தன்னை மூடிக்கொண்டு வெளிப்பட்டான். வித்யாவின் அறையை நோக்கி நடந்தான்.

கதவை மெல்லத் திறந்தான்.

வித்யா ஆழ்ந்த உறக்கத்தில் இருந்தாள். சீரான சுவாசத்தில் மார்பு தத்தளிக்க, மல்லாந்து கிடந்தாள்.

அவளை நெருங்கினான் கவுரிசங்கர். ஒரு நிமிடம் போல நின்று பார்த்தான்.

போர்வையை எடுத்து கழுத்துவரை போர்த்திவிட்டான் மெல்ல, பூனைப்பாதங்கள் பதித்து, அங்கிருந்து நகர்ந்து வெளியே வந்தான்.

வேலைக்காரர்கள் நல்ல உறக்கத்தில்.

வாசல் கதவைத் திறந்து, தோட்டத்துக் கான்கிரீட் ரிப்பனில் கால் பதித்து மெல்ல நடந்தான்.

கேட்டை ஓசைப்படாமல் திறந்து, வெளிப்பட்ட போது குளிர் காற்று முகத்தில் அறைந்தது.

சாலை விளக்குகள் வெளிச்சம் வீசி, வீதிமுனை வரை காண்பித்தது.

விறுவிறுவென நடக்கத் தொடங்கினான், கவுரிசங்கர்.

அந்த நள்ளிரவில் அந்த பிரதான சாலையில் அவ்வப்போது லாரிகள் கடந்துகொண்டிருந்தன. ஒரு தேனீர்கடை மட்டும் பாய்லரை வைத்திருந்தது.

கவுரிசங்கர் வேகமாக நடந்தான். அரைமணி நேர நடையில் அந்த வீதிக்குள் நுழைந்துவிட்டான்.

நாய் ஒன்று குலைக்க, அதன் துணையினங்கள் கோஷ்டி கானம் இசைத்தன.

தெருக்கோடி வீட்டை அடைந்தான் கவுரி.

கதவைத் தட்ட நினைத்தவன், அதைச் செய்யாமல் திறந்திருந்த ஜன்னல் வழியாக,

"அம்மாடி, நான்தான் கவுரி வந்திருக்கேன்."

உள்ளே சத்தம் கேட்டது.

"விளக்கைப் போடாம எழுந்து வந்து கதவைத்திறம்மா." கொலுசு சத்தம் உள்ளே கேட்டது. சலக் சலக் என நடந்து வரும் ஓசை.

கதவு திறக்கப்பட்டது.

கவுரியை வாங்கிக்கொண்டதும் அது மூடிக் கொண்டது உடனே.

அந்த வீதியே மயான அமைதி காத்தது.

அத்தியாயம் 16

இரண்டு மாத காலம் ஓடி விட்டது. கவுரிசங்கர் இப்போதெல்லாம் அதிகமாக அலுவலகமே வருவதில்லை. வீட்டு நிர்வாகத்தை ஏறத்தாழ அவன் கையில் ஒப்படைத்துவிட்டாள் வித்யா.

சகலமும் பார்த்துப் பார்த்து பொறுப்பாக செய்தான். வித்யாவுக்கு என்ன தேவையோ அதையெல்லாம் நேரம் தவறாமல் ஒரு தாய்போல கவனித்தான்.

வித்யா பெருமளவு கவுரிசங்கரின் ஒரு விசிறிபோல ஆகிவிட்டாள்.

அவள் எதிர்பார்த்ததைப் போல ஒத்திகையில் கவுரி தேறிவிடுவான் என்று தோன்றியது. ஒரு ஆணுக்குள்ள எந்த ஆகம்பாவமும், ஈகோவும் சற்றும் தென்படவில்லை.

எல்லாவற்றுக்கும் மேலாக, அவனது கண்ணியமான அணுகுமுறை நிஜமாகவே அவளைக் கவர்ந்துவிட்டது.

வீட்டை, பணியாளர்களைப் பொருத்தவரை அவன்தான் அவள் கணவன். அப்படியிருந்தும், அவனது விரல் நகம் கூட அவள்மேல் பட கவுரிசங்கர் அனுமதிக்கவில்லை இதுவரை.

வித்யாவுக்கு ஒத்திகைக்கு முற்றுப்புள்ளி வைத்து விடலாம் என்று தோன்றிவிட்டது.

கவுரியிடம் இதுபற்றிப் பேசிவிட வேண்டும்.

முடிவு செய்துகொண்டாள். ஏறத்தாழ கீர்த்தி அவள் நெஞ்சிலிருந்து விலகத் தொடங்கிவிட்டான்.

காலை, வித்யா அலுவலகம் புறப்பட்டுக் கொண்டிருந்தாள்.

அவள் உடைகளிலிருந்து தொடங்கி, அலுவலக குறிப்புகள் வரை சகலமும் தயார் செய்துகொண்டிருந்தாள் கவுரி.

"கவுரி."

"சொல்லு வித்யா."

"நம்ம இந்த ஊமை நாடகம் இனி அவசியமில்லைனு தோணுது எனக்கு. ஒத்திகையை முடிச்சுக்கலாம்னு நினைக்கறேன்."

"ஏன் வித்யா?"

"உங்கமேல முழுமையா எனக்கு நம்பிக்கை வந்தாச்சு. வெளிப்படையா நான் பேசறேன் கவுரி. நேத்துவரைக்கும் கூட அந்தக் கீர்த்திமேல எனக்கொரு ஈடுபாடு இருந்தது நிஜம்தான்."

"ஒரு சந்தேகம் வித்யா."

"என்ன?"

"ஈடுபாடுனு சொல்றே. ஆனா பல பெரிய கம்பெனிகள்ல கீர்த்தி தவறிக்கூட நுழைய முடியாதபடிக்கு உன் செல்வாக்கை ஏற்கனவே நீ உபயோகப்படுத்திட்டியே!"

"அதுதான் வித்யா. காதலிச்ச என்னை விலக்கிட்டு, கேவலம் ஒரு சமையல்காரிதான் சகலமும்னு ஓடினார் இல்லையா? தன் கால்ல நிக்க முடியும்னு மமதையா பேசினார். என்னாலதான் இத்தனை உயர்வு அவருக்குனு அவரால புரிஞ்சுக்க முடியலை. அதைப் புரிய வைக்க, என்னைப் பகைச்சுகிட்டா ஏற்படற விளைவைக் காட்டத்தான் நான் விளையாடிப்பார்த்தேன். இப்ப கீர்த்தியோட விலாசமே தெரியலை பார்த்தீங்களா?"

கவுரி மவுனமாக இருந்தாள்.

"நான் ரெண்டு விதத்துல ஜெயிச்சுட்டேன். என்னையும் மீறிட்டு, தன் சுயபலத்தால தலையெடுக்க கீர்த்தியால முடியல

ஒண்ணு. நான் எதிர்பார்த்தபடிக்கு ஒரு கணவரா எனக்கு நீங்க அமைஞ்சாச்சு ரெண்டு."

"வித்யா."

"நிஜமாகவே நாம கணவன் மனைவியா மாறப்போறோம். கீர்த்தியை என் மனசிலேருந்து துடைச்சு எறியப் போறேன். நல்ல ஒரு முகூர்த்த நாளைப் பாருங்க. நம்ம பூஜை ரூம்ல வச்சு உங்க கையால என் கழுத்துல ஒரு தாலியைக் கட்டுங்க. சரிதானா?"

"சரி வித்யா. நீ சொல்லி எதை நான் தாண்டியிருக்கேன்?"

"குட். நாள் பார்த்து வைங்க. நான் ஆபீசுக்குப்போயிட்டு வந்திர்றேன்."

அலுவலகம் வந்துவிட்டாள்.

மதியம்வரை வேலை சரியாக இருந்தது. உணவு இடைவேளையில் பியூன் வந்தான்.

"அம்மா... உங்களைப் பார்க்க யாரோ..."

"பேரு கேட்டியா?"

"கீர்த்தினு சொன்னாரு!"

நிமிர்ந்து உட்கார்ந்தாள் வித்யா. இரண்டு மாதங்களில் எந்த வேலையும் கிடைக்காமல் வாடிவிட்டானா? தான் தோற்றுவிட்டதை என்னிடம் ஒப்புக்கொண்டு, மன்னிப்பு கேட்க வருகிறானா?

நிச்சயம் அப்படித்தான் இருக்கும்.

இல்லாவிட்டால் இங்கு ஏன் வரவேண்டும்?

தன் இரட்டை வெற்றியை இன்றைக்கே கொண்டாடிவிடலாம் எனத் தீர்மானித்தாள்.

"வரச்சொல்லு."

பதினைந்து நொடிகளில் கதவு தட்டப்பட்டது.

"உள்ள வாங்க."

அதே பழைய கீர்த்திதான். முகத்தில் அதே 'ட்ரேட் மார்க்' சிரிப்பு.

"வாங்க கீர்த்தி. என்ன இவ்ளோ தூரம்?"

"உங்களைப் பார்த்துட்டுப் போகலாம்னுதான். சவுக்கியமா?"

"ஆஹா என் சவுக்கியத்துக்கு என்ன குறை? அங்கே தான் அது குறையறதாத் தெரியுது."

கீர்த்தி பதில் பேசாமல் சிரித்தான்.

"சொல்லுங்க கீர்த்தி."

தன் ஜோல்னா பையில் கை நுழைத்து ஒரு இனிப்புப் பெட்டியை எடுத்தான்.

"இந்தாங்க ஸ்வீட்ஸ்."

"உங்க பிறந்த நாளா?"

"இல்லை நானொரு சின்னத் தொழிற்சாலை தொடங்கியிருக்கேன். பேங்க்ல பண உதவி வாங்கியிருக்கேன். தொழிற்சாலை ராணிப்பேட்டைல."

வித்யாவின் முகம் லேசாக இருண்டது.

"நான் அதுக்காகக் கூட உங்களுக்கு ஸ்வீட் கொண்டு வரலை. எனக்குள்ள அனுபவத்துக்கு இதைக்கூட நான் ஆரம்பிக்கலைனா, அப்புறம் எதுக்கு நான்?"

"......?"

"என்னோட யூனிட்டுக்கு அமெரிக்கத் தொழில் நுட்பமும், ஜப்பானிய கூட்டுறவும் கிடைச்சிருக்கு. அதனால இன்னும் கொஞ்சம் பெரிய அளவுல கிண்டி தொழிற்பேட்டைல புது யூனிட் ஒண்ணு போடப்போறேன். அதுக்கான அழைப்பிதழ் இதோ. நீங்க அவசியம் வந்து கலந்துக்கணும். பெரிய தொழில் அதிபர்கள் எல்லாரையும் அழைச்சிருக்கேன்."

வித்யா சுத்தமாகத் தொலைந்து போனாள்.

"நான் எத்தனை கிள்ளியும் முளைத்துவிட்டான். நகரத்தில் இவன் தலையெடுத்துவிட்டால், இன்னும் கொஞ்ச நாட்களில் பெரிய அளவு சாதிப்பான். அந்த அளவு சாதுர்யம் இவனுக்குண்டு."

சிரித்தபடி மற்றொரு இனிப்புப் பொட்டலத்தை வெளியே எடுத்தான்.

"இந்தாங்க."

"எதுக்கு இன்னொரு ஸ்வீட் பாக்கெட்?"

"அது தொழில் வெற்றிக்கு. இது சொந்த வாழ்க்கைல அடைஞ்ச வெற்றிக்கு."

"புரியலை."

"வசந்தி கர்ப்பமா இருக்கா. நேத்துதான் டாாக்டர்கிட்டக் கூட்டிட்டுப் போனேன். தெரிஞ்சுபோச்சு."

வித்யாவை இது இன்னமும் தாக்கியது.

"இந்த வசந்தியை நான் என்ன செய்யட்டும்? நீங்களே சொல்லுங்க."

"ஏன்?"

"தாய்மை அடைஞ்சாச்சு. ஓய்வெடுத்தா தானே நல்லபடியா பிள்ளை பிறக்கும். நீ ஒரு வேலையும் செய்யக்கூடாதுன்னு நான் கண்டிச்சா, கேக்கறதில்லை. புருஷனுக்கு பார்த்துப் பார்த்துச் செய்யறதுலதான் சுகம்னு சொல்றா. வீட்ல ஒரு நல்ல மனைவியா ஓடி ஓடி அவ உழைக்கறதுலதான் வெளில இத்தனை பெரிய வெற்றி எனக்கு. என்னைப்போல சுயபலமும், தன்னம்பிக்கையும் உள்ள ஒரு மகன்தான் பிறக்கணுமாம் அவளுக்கு. அவளைப்போல அடக்கமும், அன்பும் உள்ள மகள் பிறக்கணும்னு எனக்கு ஆசை."

வித்யா பாதி மரித்திருந்தாள்.

"பெரிய மாளிகை வாங்கி, அதுல ஒரு மகாராணியாட்டம் என் வசந்தியை உட்கார வைக்கணும். பணமென்னங்க

பணம்? முயற்சி செஞ்சா, யாருக்கும் வரும்? நல்ல வாழ்க்கை அப்படியா? ஆங்... என்னைப் பற்றியே பேசிட்டு இருக்கேன். எப்படியிருக்கார் உங்க கணவர்?"

"நல்லா இருக்கார்."

"ஆபீஸ் வந்திருக்காரா?"

"இல்லை"

"இன்னிக்கு வரலியா? எப்பவும் வர்றதில்லையா?" அவன் குரலில் எகத்தாளமும், திமிரும் அதிகமாகத் தெரிந்தது.

வித்யா பதில் பேசாமல் இருந்தாள்.

கீர்த்தி எழுந்துகொண்டான்.

"நான் வரட்டுமா? புதிய யூனிட் திறப்பு விழாவுக்கு உன்னைக் கட்டாயம் நான் எதிர்பார்ப்பேன் வித்யா. அவசியம் வந்துரு என்ன?"

சடாரென வெளியேறிவிட்டான்.

அதிர்ச்சியில் உறைந்து நின்றாள் வித்யா.

அந்தக் கடைசி வாக்கியம் அவளைக் கணிசமாக பாதித்துவிட்டது.

மேடம் என்று அழைப்பான் அதிகபட்சம், தன் அனுமதியின்பேரில் பேரைச் சொல்லி அழைத்ததும் உண்டு. ஆனால் இப்போது பேரைச் சொல்லி, உரிமையுடன் ஒருமையில் அழைத்துவிட்டுப் போகிறான்.

தானும் தொழிலதிபராகிவிட்ட திமிரா?

உனக்கு நான் சரிசமன் என்று சொல்லாமல் சொல்கிறானா? அல்லது தற்செயலாக தவறி ஒருமையில் வந்து விட்டதா?

யோசித்தபோது முதலில் கோபம் வந்தாலும் அடி நெஞ்சில் சன்னமாக இனித்தது.

தன்னை ஒருமையில் அவன் அழைத்தது சுகமாகக்கூட இருந்தது.

ச்சே! இந்த உணர்வு தவறு. நாளையே கவுரிக்கு நிஜமான மனைவியாகப் போகிறேன். இவனை நெஞ்சத்தின் அடியிலிருந்து தூக்கி எறிய வேண்டும்.

இவன் ஏறத்தாழ சவால் போல பேசிவிட்டுப் போகிறான்.

ஏறத்தாழ ஒரு பகுதி இவன் வெற்றியும் அடைந்து விட்டான். என் செல்வாக்கு இவனைத் தீண்டவில்லை.

வசந்தி கர்ப்பமாகிவிட்ட செய்திக்கு தனியாக ஒரு இனிப்புப் பொட்டலம்.

இவன் உல்லாசமாக வாழத் தொடங்கிவிட்டான்.

உனக்கு இணையாக ஒரு பணக்காரியாக என் மனைவியை உட்காரவைக்கிறேன் பார் என்ற சவால்.

நிச்சயம் சாதிப்பான்.

குறுகிய காலத்தில் எனக்கு சமமாக வசந்தியை கொண்டு வந்து நிறுத்திவிடுவான்.

நான் தோற்றுவிட்டேனா?

என்னை இழந்ததால், விலகிப் போனதால் எதுவும் இவனை பாதிக்கவில்லை.

நான் பாதிக்கப்பட்டு விட்டேனா?

வித்யாவிடம் சுறுசுறுவென ஒரு கோபம் தலைதூக்கத் தொடங்கிவிட்டது.

காரணம் விளங்கவில்லை.

நான் எப்படி தோற்றவளாவேன்?

நான் எதிர்பார்த்தபடிதானே எனக்குக் கணவராக கவுரிசங்கர் அமைந்திருக்கிறார்? என்றும் என் ஆட்சி நடக்க, நானே சகலமும் என வாழ, என் கவுரி ஒத்துழைக்கத் தயார் தானே?

வசந்தி போல நானும் தாயாக முடியாதா?

கண்டிப்பாக முடியும்.

எனக்கும் ஒரு மகள் பிறந்து, அது என்னைப் போலவே ஒரு ஜான்சிராணியாக வளர்வதை இந்த கீர்த்தி பார்க்க வேண்டும்.

உள்ளுக்குள் சவால் ஓடியது.

டெலிபோன் அழைக்க, ரிசீவரை எடுத்தாள்.

"வித்யா மேடம் இருக்காங்களா?"

"ம்! பேசறேன்."

"நான் டாக்டர் கதிரேசன் பேசறேன் மேடம்."

"ஹலோ டாக்டர் ரொம்ப நாளா உங்களைப்பற்றி ஒரு தகவலும் தெரியலை. ஊர்ல இல்லையா?"

"ரெண்டு வருஷமா நான் வெளிநாடு போயிருந்தேன். போன வாரம்தான் திரும்பினேன். உங்களை நான் சந்திக்கணுமே மேடம்."

"வாங்களேன். இன்னிக்கு சாயங்காலம்?"

"கண்டிப்பா வர்றேன்."

வித்யா சகலமும் மறந்து தன் வேலைகளில் மூழ்கிப்போனாள்.

நாலு மணிக்கு கவுரிசங்கரின் போன் வந்தது.

"வித்யா நாளன்னிக்கு முகூர்த்த நாள் இருக்கு."

"அதையே பிக்ஸ் பண்ணுங்க கவுரி. வீட்ல வந்து நான் பேசிக்கறேன்."

இண்டர்காமில் டாக்டர் கதிரேசன் வந்திருப்பதாகச் செய்தி வந்தது.

"உள்ள அனுப்பு."

கதிரேசன் வரவு. புதிய பல புயல்களைக் கொண்டு வரப்போவதை வித்யா அறியவில்லை.

❋ ❋ ❋

அத்தியாயம் 17

"**உ**ட்காருங்க டாக்டர்."

இண்டர்காம் மூலம் குளிர்பானத்துக்கு உத்தரவிட்டாள்.

"சொல்லுங்க டாக்டர். என்ன ஏதாவது ஸ்பேஷலைஸ் பண்ணப் போனீங்களா அயல் நாட்டுக்கு?"

"ம். இங்கே ஏற்கனவே டி.ஜி.ஓ. முடிச்சிருந்தேன். கைனக்ல இன்னும் கொஞ்சம் பெரிசா செய்யலாம்னுதான் ஸ்டேட்ஸ் போனேன்."

"குட்."

"மேடத்துக்குக் கல்யாணம் ஆயிட்டதாகக் கேள்விப் பட்டேன். வாழ்த்துக்கள்."

"தேங்க்யூ."

"என்னை இந்த அளவு ஆளாக்கினது உங்கப்பா தான். நான் எப்பவும் உங்க குடும்பத்துக்குக் கடமைப்பட்டவன்."

"என்ன டாக்டர் இதெல்லாம்?"

"மேடத்தோட டெலிவரியை நானே பாக்கற பாக்கியம் எனக்குக் கிடைக்கணும்."

குளிர்பானம் வந்தது.

"சாப்பிடுங்க டாக்டர்."

அதைப் பருகிக்கொண்டே, அந்த அறையை நோட்டம் விட்டார் கதிரேசன்.

கண்ணாடி பீரோவுக்குள் இருந்த புகைப்படம் சடாரென அவரை இழுக்க. எழுந்து நின்றார்.

"என்ன டாக்டர்?"

"அந்த போட்டோல உங்ககூட இருக்கறது யாரு?"

"ஏன்? என்னோட ஜி.எம். பேரு..."

"கீர்த்திவாசன்" முடித்தார் கதிரேசன்.

"உங்களுக்கு அவரைத் தெரியுமா டாக்டர்?"

"நல்லவே தெரியும். யாரை மறந்தாலும், அவரை மறக்க முடியுமா? உங்களுக்கு எத்தனை வருஷமா பழக்கம்?"

"ரெண்டு வருஷமாத்தான். நீங்க எப்படி டாக்டர் அவரை?"

"மூணு வருஷம் முன்னால ஒரு பெரிய விபத்துல அடிபட்டு, என் நர்சிங் ஹோம்ல கொண்டு வந்து சேர்த்தாங்க இந்தக் கீர்த்திவாசனை."

"அப்படியா?"

"அந்த விபத்து அவர் வாழ்க்கைல ஒரு பெரிய கறையா படிஞ்சுபோச்சு, பாவம்."

"கறையா?"

"ம். உயிருக்கோ, உடல் உறுப்புகளுக்கோ சேதம் ஏற்படலை. உள்காயங்கள் பலமாத் தாக்கி, தன் ஆண்மையை இழந்துவிட்டார் கீர்த்தி."

"டாக்டர் என்ன உளர்றீங்க?"

"இல்லை மேடம். இது சத்தியம். நீங்க மண வாழ்க்கைக்கு ஏற்றவர் இல்லை. உங்களால தகப்பன் ஆக முடியாதுனு கசப்பான நிஜத்தை என் வாயாலதான் அவருக்குச் சொன்னேன் நான். எப்படி குமுறிக் குமுறி அழுதார் தெரியுமா அன்னிக்கு? பாவம் அந்தக் கீர்த்திவாசன்."

"டாக்டர் இது நிஜம்தானா?"

"ஏன் இப்படிக் கேக்கறீங்க? அவர் விலாசம் உங்ககிட்ட இருந்தாக் குடுங்க நிரூபிக்கறேன்."

"இல்லை... எனக்கு..." நிறுத்திக் கொண்டாள் வித்யா.

"ஏன் மேடம்?"

"நத்திங். அவர் என்னோட பழைய ஜி.எம்னு இருந்ததால மனசு கொஞ்சம் சங்கடப்பட்டது விடுங்க."

சிறிது நேரம் பேசிக்கொண்டிருந்தார் கதிரேசன். அவளை மறுபடியும் சந்திப்பதாகச் சொல்லி விடை பெற்றார்.

சாய்ந்து உட்கார்ந்தாள் வித்யா.

கீர்த்தி பற்றிய செய்தி கேட்டவுடன் நெஞ்சுக்குள் லேசாக வலித்தது. அதுகூட ஒரு நொடிதான்.

இப்போது நிமிர்ந்து உட்கார்ந்தாள்.

என்னிடம் சவால் விடுகிறாயா கீர்த்தி?

புதிய தொழில் தொடங்கிவிட்டாய். சொந்தக் காலில் நிற்கும் நிஜமான ஆண்மகன் நீ. ஆண்மையில்லாத ஆண்பிள்ளை.

யாருக்கு உன் ரகசியம் தெரியக்கூடாதோ, அந்த வித்யாவுக்கு தெரிந்துவிட்டதே. இது உன் கெட்ட நேரமா கீர்த்தி?

கணவனுக்கு அடங்கிய மனைவியா வசந்தி? உன் நிழலாக நிற்கும் உன் மனைவி, யாரிடமோ சோரம் போய், தன் வயிற்றில் பிள்ளையைச் சுமக்கிறாள். நீ இனியும் உயிரோடு இருக்கத்தான் வேண்டுமா கீர்த்தி?

எவன் பிள்ளைக்கோ நீ தகப்பன்.

வீட்டிலே வேடம் கட்டி ஆடிவிட்டு, வெளியிலே வேசியையவிடக் கேவலமாக நடந்துகொண்ட உன் வசந்தியைவிட நான் எந்த விதத்தில் மோசம் கீர்த்தி?

பெண் விடுதலை பேசினாலும், இன்றும் சுத்தமான பெண் நான். உடம்பு முழுக்க அழுக்கைப் பூசிக்கொண்டு, அடக்கம் என்ற போர்வை வேறா உன் வசந்திக்கு?

போன நிமிடம் வரை நான் தோற்றுவிட்டதாகத் துவண்டு போனேன். இப்போது துருப்புச் சீட்டு என் கையில் சிக்கிக்கொண்டு விட்டது.

இனி நீ ஆட வரலாம் கீர்த்தி. நாளை உன் புது யூனிட் திறப்பு விழாவுக்கு அவசியம் நான் வர வேண்டும். புதிய ஆத்தியாயம் நாளையே தொடங்கட்டும்.

விதயா ஒருவித வெறி கலந்த சந்தோஷத்துடன் எழுந்து நின்றாள்.

அத்தியாயம் 18

கீர்த்தி வாசலில் நின்று, வருபவர்களை மகிழ்ச்சிச் சிரிப்புடன் வரவேற்றுக் கொண்டிருந்தான்.

வீடியோ வெளிச்சம் வந்தவர்களை குளிப்பாட்டிக் கொண்டிருந்தது.

அவனது புதிய தொழிற்பேட்டை வாசலில் கார்களின் அணிவகுப்பே நடந்து கொண்டிருந்தது.

வித்யா,

தன் கான்டெஸா க்ளாசிக்கில் வந்து இறங்கினாள். வீடியோ அவளைத் தனியாக கவனிக்க, கீர்த்தி ஓடி வந்தான் வாசலுக்கு.

"வா வித்யா."

இப்போதும் அதே ஒருமை. பொருட்படுத்தவில்லை வித்யா சிரிப்புடன் அவனது அழைப்பை ஏற்றுக்கொண்டாள். அவளது கண்கள் அலைபாய்ந்தன.

பொறுக்க முடியாமல் கேட்டேவிட்டாள்.

"வசந்தி வரலியா கீர்த்தி?"

"இல்லை வித்யா. மசக்கை உபத்திரவம் அதிகமாக இருக்கு ரெண்டு நாளா. கூட்டிட்டு வரலை."

வித்யா நமட்டுச் சிரிப்பு சிரித்தாள்.

மற்ற தொழிலதிபர்களும் வந்துவிட, இடம் களை கட்டிவிட்டது.

கீர்த்தியின் உதவியாளர் ஒருவன், வந்தவர்களை ஓடி ஓடி கவனித்துக் கொண்டிருந்தான்.

"ஆரம்பிக்கலாமா?"

தொழிற்கூடத்தின் வெளியே ரிப்பன் கட்டப்பட்டிருந்தது. வெள்ளித் தாம்பாளத்தில் பட்டுத்துணி விரித்து அதன்மேல் கத்தரிக்கோல்.

கீர்த்தி வித்யாவை நெருங்கினான்.

"வித்யா வா. நீதான் திறந்து வைக்கப்போறே."

"நா... நானா?"

ஃப்ரெண்ட்ஸ். எனக்கு நல்ல பல பதவிகளை படிப்படியாகத் தந்து, இந்த அளவு தன்னம்பிக்கையும், சுய விலாசமும் தந்தது மேடம் வித்யாதான். சுருக்கமாகச் சொன்னா, என்னோட வேர் வித்யாதான். அதனால என் தொழிற்கூடத்தை தன் ராசியான கைகளால் இப்ப வித்யாதான் திறக்கப்போறாங்க."

வித்யாவுக்கு ஒரு பக்கம் பெருமையாக இருந்தது. அதே சமயம் கீர்த்தியின் உள்நோக்கமும் பிடிபடாமல் இல்லை.

என்னால் நிற்க முடியாது சுயமாக என்று சவால் விட்டாயே! என் சுய சரிதைக்கு உன்னையே முன்னுரை எழுத வைத்துவிட்டேன் பார்த்தாயா என்ற எதிர் சவால்.

தொழில் ரீதியாக நிச்சயம் நீ ஜெயித்துவிட்டாய் கீர்த்தி. ஆனால் வாழ்க்கையில இத்தனை மோசமாக நீ தோற்றிருக்க வேண்டாம்.

சிரிப்புடன் அவனைப் பார்த்தாள்.

அவனோடு மெல்ல நடந்து வந்து, ரிப்பன் வெட்டி உள்ளே புகுந்தாள்.

அவன் சுட்டிக் காண்பித்த எந்திரத்தை தன் கையால் முடுக்கி வைத்தாள்.

மற்றவர்கள் கரவொலி எழுப்ப,

எந்திரங்கள் இயங்கத் தொடங்கின.

எல்லாருக்கும் சிற்றுண்டி வழங்கப்பட்டது.

"கொஞ்சம் உள்ளே வர முடியுமா வித்யா?"

"எதுக்கு கீர்த்தி?"

"வாயேன்."

அவனுடன், அவனுக்கென அலுவலகத்தில் ஒதுக்கப்பட்ட அறைக்குள் நுழைந்தாள்.

"உட்காரு வித்யா."

உட்கார்ந்தாள்.

மணியடித்தான். உதவியாளர் ஓடி வர, "அதைக் கொண்டுவா ஜான்."

அவன் திரும்பிப் போனான்.

"வசந்தி தொடங்கி வைக்க வேண்டிய தொழிற்சாலையை, நான் தொடங்கி வைக்கிறேன்."

"இல்லை வித்யா."

"நோ... நோ. கையாளறது ஒருத்தர். உரிமை இன்னொருத்தருக்கு. இதுதான் வாழ்க்கை கீர்த்தி."

கீர்த்தி பேசவில்லை.

உதவியாளன் திரும்பி வந்தான்.

ஒரு வெள்ளித் தட்டில் பட்டுச் சேலையும், பூவும், பழங்களும் இருந்தன.

"இந்தா வித்யா. உனக்கு என் பரிசு."

"எ... எதுக்கு கீர்த்தி இதெல்லாம்?"

"நமக்குள்ள ஆயிரம் சவால் இருக்கலாம். நீயா, நானான்னு போட்டி இருக்கலாம். அது தொடரட்டும். ஆனா என் பயிருக்கு உரம் போட்டவள் நீ. என்னை இந்த நிலைக்கு உயர

உற்சாகப்படுத்தினவள் நீ. யாரை மறந்தாலும் நான் உன்னை மறக்கக்கூடாது. ப்ளீஸ் வித்யா இதை ஒப்புக்கோ."

வித்யா நெகிழ்ச்சியுடன் அதை வாங்கிக் கொண்டாள்.

"நானும் தொழிலதிபரா ஆயிட்டேன்னு ஒருமைல உன்னை அழைக்கலை. அப்படி உன்னைக் கூப்பிடணும்னு அடிமனசுல ஒரு உந்துதல். நீ விரும்பலைனா, மாத்திக்கறேன்."

"வேண்டாம் கீர்த்தி. உங்க விருப்பம் தொடரட்டும். நான் வரட்டுமா?"

"ஆங். அடுத்தது நாம சந்திக்கப்போற விழா, வசந்தியோட வளைகாப்பா இருக்கும் வித்யா."

ஒரு நிமிடம் நின்றாள் வித்யா. அவனைப் பார்க்க பாவமாக இருந்தது. ஆனாலும் சவால் என்று வந்த பிறகு விட்டுவிட முடியுமா?

"அடடா! எனக்கொரு அவசர வேலை இருக்கே. ஆறு மணிக்கு டாக்டர் கதிரேசன்கூட ஒரு அப்பாயின்ட்மென்ட் இருக்கு."

கீர்த்தியிடம் எந்த முக மாற்றமும் தெரியவில்லை.

"டாக்டர் கதிரேசனுக்கு உங்களைக் கூடத் தெரியும்னு எங்கிட்ட சொன்னார் கீர்த்தி?"

"அப்படியா?"

வெகு சாதாரண தொனியில் கேட்டான்.

அவனிடம் லேசான ஒரு அதிர்ச்சி தென்பட்டாலும், தொடர்ந்து அவனைக் கிளறலாம் என்று பார்த்தாள்.

வெளியில் காட்டிக் கொள்ளாமல் மறைக்கிறான். இப்போது உள்ளுக்குள்ளே ஒரு பூகம்பமே நிகழ்ந்து கொண்டிருக்கும்.

"நான் வர்றேன் கீர்த்தி."

"ரொம்ப நன்றி வித்யா."

வித்யா காரில் ஏறிவிட்டாள். கதவு வரை வந்தான் கீர்த்தி.

"கீர்த்தி உங்க விலாசம் எங்கிட்ட இல்லை."

ஒரு அட்டையை உதவியாளரிடம் கொண்டு வந்து தரச் சொன்னான்.

"வீட்டுக்கு ஒரு நாள் வா வித்யா. அவரையும் கூட்டிட்டு."

"கண்டிப்பா."

கார் நகர்ந்தது.

வித்யா ஒரு நொடி யோசித்தாள். சட்டென அந்த விலாச அட்டையை டிரைவரிடம் தந்தாள்.

"இந்த விலாசத்துக்கு வண்டிய எடு டிரைவர்."

கார், கீர்த்தியின் வீட்டை நோக்கி ஓடத் தொடங்கியது.

தான் ஆண்மையை இழந்தவன் என்பது கீர்த்திக்குத் தெரியும். அதேசமயம், இன்னொரு ஆணிடம் தெரிந்தோ, தெரியாமலோ தன்னை இழந்தது வசந்திக்கும் தெரியும்.

வசந்திக்குத் தெரியாமல் இந்தத் தாய்மை நிகழ்ந்திருக்க முடியாது.

என் வாழ்வுக்குப் போட்டியாக வந்து, இன்று வழுக்கி விழுந்துவிட்ட அவளிடம் நாக்கைப் பிடுங்கிக்கொள்வதைப்போல நாலு கேள்விகளை நான் இன்றைக்கே கேட்க வேண்டும். நரம்புகள் நர்த்தனமாட, ஒருவித ஆவேசத்துடன் கீர்த்தியின் வீட்டை நோக்கி பயணித்துக் கொண்டிருந்தாள், வித்யா.

✳ ✳ ✳

அத்தியாயம் 19

அது ஒரு புதிய, பெரிய வீடு.

இது சொந்த வீடா? அல்லது வாடகைக்கா?

பிரமிப்புடன் அதன் வாசலில் காரை நிறுத்த, வெளியே பூட்டு தொங்கியது.

ஏமாற்றமாகவும், எரிச்சலாகவும் இருந்தது வித்யாவுக்கு.

மசக்கை உபத்ரவம் காரணமாக அவள் வரவில்லை என்று சொன்னானே கீர்த்தி. கணவன் தொழிற்சாலை திறப்பு விழாவுக்குக் கூட வராமல், அப்படியென்ன வெளி உலகத்தில் வரந்திக்கு வேலை?

ஒருவேளை தன் சிசுவுக்குக் காரணமான அந்த அவனைப் பார்க்கப் போயிருக்கிறாளா?

இது கீர்த்திக்கு தெரியுமா?

என்னிடம் மட்டுமல்லாமல், உன்னிடமே நீ தோற்றுக் கொண்டிருக்கிறாயா கீர்த்தி?

பக்கத்தில் சற்றுத் தள்ளி ஒரு வீடு இருந்தது. அதன் வாசலில் ஒரு பெண் நின்றுகொண்டிருக்க அவளை விசாரிக்கப் போனாள், வித்யா.

"அவங்க காலைல போயாச்சே!"

அதற்குமேல எந்த விவரமும் கிடைக்காது என்று தோன்றியது. வெறுப்புடன் காரில் ஏறினாள்.

தெருமுனைக்கு வந்ததும் எதிரே ஒரு ஆட்டோ வந்தது. அதில் வசந்தி தெரிந்தாள்.

"டிரைவர் வண்டிய நிறுத்து."

கீழே இறங்கினாள் வித்யா. "அந்த ஆட்டோ எப்படியும் இந்த வழியாலதானே திரும்பியாகணும் டிரைவர்."

"ஆமாம்மா."

"அதை மடக்கு."

காரின்மேல் சாய்ந்து நின்றுகொண்டாள் வித்யா.

அந்த நிமிடத்தின் முடிவில் ஆட்டோ திரும்பி வந்தது. டிரைவர் கையைசைத்து நிறுத்தினான். வித்யா அருகில் வந்தாள்.

"ஒரு உதவி செய்ய முடியுமா?"

"சொல்லுங்க!"

"இப்ப ஒரு அம்மாவை ஆட்டோல கொண்டுபோய் விட்டீங்களே அவங்களை எங்கேயிருந்து கூட்டிட்டு வந்தீங்கன்னு சொல்ல முடியுமா?"

ஆட்டோ டிரைவர் தயங்கினான்.

வித்யா ஒரு நூறுரூபாய்த் தாளை எடுத்து அவனிடம் நீட்டினாள்.

"ப்ளீஸ் உதவுங்க."

"விலாசம்னு சரியா சொல்லத் தெரியலை. நீங்க என்னோட வந்தா, அந்த இடத்துல ட்ராப் பண்றேன்."

வித்யா ஒரு நிமிடம் யோசித்தாள்.

"டிரைவர் நீங்க வண்டிய எடுத்துட்டு ஆபீஸ் போங்க நான் வந்துர்றேன்."

ஆட்டோவில் ஏறி அமர்ந்தாள் வித்யா.

ஒரு சமயம் இதெல்லாம் அவசியம்தானா என்று கூட ஆயாசம் ஏற்பட்டது.

நிச்சயம் அவசியம்தான். என்னை அகம்பாவம் பிடித்த பெண்ணாகவும், வசந்தி அற்புதமான பெண் என்றும் கீர்த்தி வர்ணித்தானே அந்த வசந்தியின் முகத்தைக் கிழிக்க இதைவிட நல்ல சந்தர்ப்பம் எனக்கு இனி வாய்க்கப்போவதில்லை.

அவள் எங்கு வந்தாள் என்பதைத் தெரிந்து கொண்டால், தொடர்ந்து துப்பு துலக்குவது சுலபம்.

யோசித்துக்கொண்டே வந்ததில், ஆட்டோ ஓடும் திசையை வித்யா கவனிக்கவில்லை.

ஆட்டோ குலுங்கி நின்றது.

வெளியே பார்வையை வீசிய வித்யா, அதிர்ந்து போனாள்.

அவள் வீட்டு வாசல்!

"என்னப்பா இது? என் வீட்டு வாசல்ல கொண்டு வந்து நிறுத்தியிருக்கே?"

"இது உங்க வீடா, இன்னொருத்தர் வீடான்னு எனக்கு என்னம்மா தெரியும். நீங்க கேட்ட விலாசம் இதுதான். அந்தம்மாவை இங்கே வச்சுதான் வண்டில ஏத்தினேன்."

பணத்தைக் கொடுத்து ஆட்டோவை அனுப்பினாள் வித்யா.

குழப்பமாக இருந்தது.

"வசந்தி ஏன் என் வீட்டுக்கு வர வேண்டும்? அதுவும் கீர்த்தி தொழிற்சாலை தொடங்கும் நேரம்...?"

"ஒரு வேளை, நானும் உயரத் தொடங்கிவிட்டேன். என் கணவன் அதை உனக்கு அறிவிக்கத் தவறிவிட்டால், நான் அழைக்கிறேன் என்று வீடு தேடி வந்து சவால் விடுகிறாளா? அப்படித்தான் இருக்கும்."

உள்ளே நுழைந்தாள். மாடியிலிருந்து கவுரிசங்கர் இறங்கி வந்து கொண்டிருந்தான்.

"என்ன வித்யா இந்த நேரத்துல? கார் சப்தமே கேக்கலையே வித்யா."

"நான் கார்ல வரலை. ஆமாம் கொஞ்ச நேரம் முன்னால வீட்டுக்கு யாராவது வந்தாங்களா கவுரி?"

"இல்லையே வித்யா."

"நம்ம வீட்டுக்கு யாரும் வரலை?"

"இல்லை வித்யா. நான் வீட்லதானே இருக்கேன். யாருமே வரலையே... ஏன் கேக்கற?"

வித்யா பெருமளவு குழம்பிப் போனாள்.

"இந்த வாசல் வரை வந்துவிட்டாள் வசந்தி. ஆனால் கவுரிசங்கர் பார்க்கவில்லை. பிறகு ஏன் இங்கு வந்தாள் வசந்தி?"

"இது என்ன புதுக் குழப்பம்?"

வித்யாவுக்கு தலை கழன்றது.

அத்தியாயம் 20

வித்யாவுக்கு சாப்பிடப் பிடிக்கவில்லை. தட்டில் கை கழுவிவிட்டு எழுந்துவிட்டாள். தன் அறைக்குள் நுழைந்து கட்டிலில் உட்கார்ந்தாள்.

வசந்தி வீடு வரை வந்திருக்கிறாள். ஆனால் உள்ளே வரவில்லை. வசந்தி என்னைப் பார்க்கத்தான் வந்திருக்கிறாளா? அப்படியானால் எதற்காக வந்திருக்கிறாள்?

இந்த வீட்டு வாசலில் ஆட்டோவிலிருந்து இறங்கியிருக்கிறாள். இங்கு ஆட்டோ வரவழைத்து ஏறியிருக்கிறாள். அக்கம் பக்கத்தில் வீடுகளூர் இல்லையே.

கவுரிசங்கர் குரல் கொடுத்தான்.

"நான் வரலாமா வித்யா?"

"வாங்க கவுரி."

"நீ சரியாச் சாப்பிடலை. பாதில எழுந்துட்ட, ஏன் வித்யா? உடம்பு சரியில்லையா?"

அவனை நிமிர்ந்து பார்த்தாள்.

"உனக்கு என்ன குழப்பம் வித்யா? எங்கிட்ட சொன்னா, நானும் உதவலாம் இல்லையா?"

"இதுல உங்களால எதுவும் செய்ய முடியாது கவுரி."

"சரி சொல்ல விருப்பமில்லைனா, விட்டுடு."

கவுரிசங்கர் பால் அடங்கிய குட்டி ஃப்ளாஸ்கை மேசையில் வைத்துவிட்டுத் திரும்பினான்.

"கவுரி நில்லுங்க."

"என்ன வித்யா?"

"நாளைக்கே என் கணவர் ஆகப்போறவர் நீங்க. நீங்க தெரிஞ்சுக்காம என்ன இருக்கு? இப்படி வந்து உட்காருங்க."

கவுரிசங்கர் சற்று தள்ளி உட்கார்ந்தான்.

"வசந்தி கர்ப்பமா இருக்கா."

"அப்படியா கீர்த்தி சொன்னாரா? புதிய யூனிட் தொடங்கற நேரம் நல்ல செய்திதான். வாழ்த்துச் சொன்னியா?"

சிரித்தாள் வித்யா.

"நான் வாழ்த்தலாம். ஆனா அது கீர்த்தியைப் போய்ச் சேராது கவுரி. பாவம் கீர்த்தி!"

"புரியலை."

"தகப்பனாகும் தகுதியை இழந்தவர் கீர்த்தினு டாக்டர் கதிரேசன் மூலம் நான் புரிஞ்சுக்கிட்டேன். இது நடந்து வருஷம் மூணாச்சு."

"இது நிஜம்தானா?"

"டாக்டர் பொய் சொல்லமாட்டார். பெண்மைக்குள்ள மென்மை என்னைவிட அதிகம் அந்த வசந்திக்கு இருக்கறதா கீர்த்தி அன்னிக்கு நினைச்சார். ஆனா இப்ப? யார் குழந்தைக்கோ தகப்பனாக வேண்டிய துர்பாக்கியம் வந்திருக்கு அவருக்கு. இது தெரிஞ்சும் கீர்த்தி எப்படி தலைநிமிர்ந்து வெளில நடமாடறார், தெரியலை?"

"அது அவருக்கும், வசந்திக்கும் மட்டும்தானே தெரியும்?"

"அதனால ஊருக்குத் தெரியலைனா, இது ஒழுக்கமான செயலா ஆயிருமா? உள்ளுக்குள்ளே உறுத்தாது?"

"சரி வித்யா. இது நிஜமா இருந்தா, கீர்த்தி ரெண்டு விஷயத்துல ஜாக்கிரதையா இருப்பார். ஒண்ணு, நீ சவால் விட்ட பெண். அதனால உங்கிட்ட உண்மையை எப்படி சொல்ல முடியும்? ரெண்டு, வசந்தி அவர் துணைவி. இனி அவளை விட்டுத் தர முடியுமா அவரால?"

"என்ன நீங்க? அவங்க பக்கம் பேசிட்டு?"

"இல்லை வித்யா யதார்த்தம் எதுன்னு நான் பாக்கறேன். நான் என்ன சொல்ல வர்றேன்னா..."

"சொல்லுங்க."

"இந்த உலகத்துல சவால்களும், மமதைகளும், அகங்காரமும் ஆரம்பிக்கும்போது சுகமாத்தான் இருக்கும். போகப் போக வலிக்கத் தொடங்கும்."

"புரியலை."

"உன்னால உயரம் தொட்டார் கீர்த்தி. அதனால அந்த நன்றிக்கு அவர் காதலை நீ விலையாகக் கேட்டே! அவருக்கு ஈகோ. எஜமானி, நல்ல மனைவியா வாழ முடியுமானு பயம். நீ கொஞ்சம் இறங்கி வந்திருக்கணும். அல்லது அவருக்காக அந்த ஈகோ அவசியமில்லைன்னு புரிஞ்சிருக்கணும். நடக்கலை அதனால இது சவாலா மாறியிருக்கு. பிரச்சினை இந்த அளவுக்கு வந்தாச்சு. இனி என்ன? விட்று."

"எப்படி விட முடியும்? கீர்த்தியை அவமானப்படுத்த இதைவிட நல்ல ஒரு சந்தர்ப்பம் எனக்கு எப்ப கிடைக்கும்? நான் நல்ல மனைவியா இருக்க முடியாதுனு சொன்ன அவருக்கு எப்படிப்பட்ட மனைவி அமைஞ்சிருக்கானு நான் கேட்க வேண்டாமா?"

"அப்படி அவர்கிட்ட நீ கேட்டா, உன்னை ஏதாவது கேட்க அவரும் நினைக்கலாம்."

"ஏன் என்னை எப்படிக் கேட்க முடியும்? அவருக்குள்ள சகலத் தகுதிகளோட, என்னை தெய்வமா மதிக்கற உங்களைக்

கொண்டுபோய் அவர் எதிர்ல நிறுத்துவேன் கவுரி. என்ன கேட்க முடியும் என்னை?"

"வித்யா."

"சொல்லுங்க."

"இனி சவால் வேண்டாம் விட்று. எதுக்காக இந்த நிலை தொடரணும்? அப்படியானா, இன்னமும் கீர்த்தி மேல உனக்கு ஈடுபாடு இருக்கா?"

"புரியலை."

"அவரைத் தோற்க வச்சு, உன் முன்னால தலை குனிஞ்சு நிக்க வச்சிட்டே நீ...! ம்...! அப்புறம்...?"

"அது போதுமே கவுரி."

"சரி அடுத்தது என்ன? உன் முன்னால முகம் சிறுத்து, தலைநிமிர முடியாம கீர்த்தி நின்னாச்சு. உன் தொடர் நடவடிக்கை என்ன?"

வித்யா தடுமாறிப் போனாள்.

"சவால்ல நீ தோத்தாச்சு. அதனால அதுக்கு தண்டனையா, என்னை உன் மனைவியா... அதுகூடச் சரியில்லை. உன்னை என் கணவனாக்கி ஆயுள் தண்டனை தரப் போறேன்னு சொல்ல உன்னால முடியுமா?"

"கவுரி அது... அது எப்படி முடியும்?"

"ஏன் முடியாது?"

"கவுரி என்ன உளர்றீங்க? கீர்த்தி, வசந்தியோட கணவர். அவர் எப்படி எனக்குச் சொந்தமாக முடியும்?"

"யார் பிள்ளைக்கோ தகப்பனாக கீர்த்தியால முடியும்னா, யார் மனைவிக்கோ கணவனாக முடியாதா? தன் மனைவி தவறினா, அதை கீர்த்தி அனுமதிக்கலாம்னா, அது நியாயம்னா, உன் கணவனா கீர்த்தி ஏன் ஆகக் கூடாது?"

"நோ..." அலறினாள் வித்யா.

"ஏன் வித்யா கூச்சல் போடற? தப்பான ஒரு பெண்ணை, மனைவியா ஒப்புக்கிட்டு இத்தனை நாள் வாழ்ந்த கீர்த்தி, உன்னை மாதிரி நல்ல ஒரு பொண்ணுக்கு ஆயுள் முழுக்க அடிமைக் கணவனா இருந்தா தப்பா?"

"கவுரி என்ன பேசறீங்க நீங்க?"

"வசந்தி, கீர்த்திக்கு செஞ்ச துரோகத்துக்கு வசந்தியை கீர்த்தி பழி வாங்க வேண்டாமா வித்யா? உன் கால்ல மண்டியிட்டா அவரோட பாவமும் தீரும். பழி வாங்கின மாதிரியும் ஆகும். இது நல்ல தீர்ப்புனு உனக்குத் தோணலை?"

"நிறுத்துங்க கவுரி."

"ஏன் வித்யா."

"சவால் விடறதுல தப்பில்லை. நானும் அதைச் செஞ்சவதான். ஆனா அதை சாதிக்கும்போது, அல்லது சாதிக்க நினைக்கும்போது சில வரைமுறைகள், கட்டுப்பாடுகள், வேண்டாமா? எதை மீறினாலும் சரி சவால்ல ஜெயிச்சா போதும்னு நினைக்கறது மனிதத் தன்மையா கவுரி?"

"இல்லைன்னு சொல்றியா வித்யா?"

"கவுரி உங்களை என்னால புரிஞ்சுக்க முடியலை?"

"உன்னைவிட என்னால புரிஞ்சிக்க முடியலை. இப்ப கீர்த்தி பலி கடாவாக்கப்பட்டிருக்கார் இல்லையா? அதாவது வசந்தியின் குழந்தைக்கு தகப்பனா பொறுப்பேத்துக்கிட்ட பலிகடா."

"ஆமாம்."

"அன்னிக்கு வேறொரு விதத்துல நானும் பலிகடா தானே வித்யா?"

"கவுரி...!"

"நீ சவால்விட்டே, உனக்கு அடங்கிப்போற கணவரா ஒருத்தரைத் தேர்ந்தெடுத்து, கீர்த்தி கண் முன்னால கொண்டுவந்து

நிறுத்தறதா! அந்த சவால்ல நீ ஜெயிச்சிட்ட! அதாவது என்னைக் கொண்டுவந்து நிறுத்தியதன் முலம்."

.....

"இந்த இடத்துல நான் பலிகடாதானே வித்யா?"

"கவுரி...!"

"இரு. நான் விரும்பித்தான் இந்த உறவை ஒப்புக்கிட்டேன். இப்பவும் இருக்கேன். ஆனா அன்பு, பாசம், பவித்ரமான காதல் இந்த எதுவும் அப்ப தீர்மானிக்கப்படலை. கீர்த்தியை ஜெயிக்க நீ உபயோகப்படுத்தின ஒரு அஸ்திரம் நான். இப்ப பழி சுமக்க வசந்தி கீர்த்தியை உபயோகப்படுத்திக்கிட்டா. உனக்கு என்ன புரியுது வித்யா?"

பேசாமல் அவனைப் பார்த்தாள் வித்யா.

"ஏதோ ஒரு வகைல ஆண்கள் தலைல சுமையை ஏத்திவிட்டுட்டு பெண்கள் தன் விருப்பங்களை நிறைவேத்திக்கறாங்க. தன்னைப் பாதுகாத்துக்கறாங்க. அதுதானே இப்ப ரெண்டு இடங்கள்லேயும் நடந்திருக்கு?"

"கவுரி...!"

"கீர்த்திகிட்ட ஜெயிக்க, உன்னை நீ நிரூபிச்சிக்க, நான் ஒரு ஸ்டெப்னியா உபயோகப்படுத்தப்பட்டிருக்கேன்! வசந்திக்குக் கீர்த்தி! சரிதானா வித்யா?"

வித்யா துப்புரவாக வார்த்தைகளைத் தொலைத்திருந்தாள்.

"சவால் முடியற கட்டம் வந்தாச்சு. உன் வெற்றிக்கனியை நீ பறிக்கற நேரம் அதிக தூரத்துல இல்லை. உன் விருப்பப்படி கீர்த்தியே உன் கணவன் ஆகட்டும். அந்த பெண்ணோட குழந்தைக்கு யார் தகப்பன்னு தேடிப்பிடிச்சு, அவளை அவன்கிட்ட ஒப்படைச்சிட்டாப்போச்சு."

"கீர்த்தி வசந்தியோட புருஷன் கவுரி"

"அப்படி ஒரு போலியான வாழ்க்கை அவங்களும் கூட வாழலாம் இல்லையா, நம்மைப்போல?"

வித்யா அதிர்ச்சியுடன் அவனைப் பார்த்தாள்.

"கவுரி...!"

கவுரிசங்கர் எழுந்துகொண்டான்.

"நமக்காக ஒரு நல்ல முகூர்த்தம் குறிச்சு வச்சிருக்கேன். அதுல யாருக்கும், யாருக்கும் கல்யாணம் நடக்குதுன்னு அப்புறமா முடிவு செய்யலாம் வித்யா! இப்ப நீ போய்ப் படுத்துத்தூங்கு."

"சரி."

"ஆங் வித்யா! இன்னொரு விஷயம்."

"என்ன?"

"உனக்கு கீர்த்திமேல உள்ள அளவு கடந்த காதலை இனியாவது மறைச்சு வைக்காம வெளிப்படுத்து அகம்பாவமும், ஈகோவும் அன்புக்குக் குறுக்கே நிற்க வேண்டாம் புரியுதா?"

அவனை அதிர்ச்சியுடன் பார்த்தாள் வித்யா.

"அன்பு காட்டற இடத்துல யார் அடங்கிப்போறதுன்னு கணவன் மனைவி மத்தியிலா போட்டி ஏற்பட்டு, ஒருத்தரை ஒருத்தர் ஜெயிக்க முந்தணும். அதுக்குப்பேருதான் காதல். தாம்பத்யம் பள்ளிக்கூடம் இல்லை. மனைவி டீச்சரம்மாவும் இல்லை. முடிஞ்சா, இதை நீ புரிஞ்சுக்கோ வித்யா. என் தாழ்மையான வேண்டுகோள் இது. குட்நைட்."

அவன் வெளியே போய்விட்டான்.

அத்தியாயம் 21

அன்று இரவு தூக்கத்தைத் தொலைத்திருந்தாள் வித்யா.

"எத்தனை சத்தியமான வார்த்தைகள்? எப்படி பளிச் பளிச்சென சொல்லிவிட்டான்? என் செயல்பாட்டில் ஒரு இதமும், நெகிழ்வும் இருந்திருந்தால், அன்றே என் மனதை நான் திறந்து கீர்த்திக்குக் காட்டியிருந்தால், இத்தனை விபத்துக்களை தடுத்திருக்கலாம்.

நானும் கவுரியும் இணைந்து வாழ்ந்தது வெளியுலகத்தை ஏமாற்ற. நாளையே ரத்து செய்துவிட்டு விலகலாம். கவுரி என்ன தாலியா கட்டிவிட்டார் எனக்கு? வேஷத்தைக் கலைக்க எத்தனை நேரமாகும்?"

ஆனால்?

கீர்த்தி வசந்திக்கு தாலி கட்டியிருந்தால், அந்த உறவை ரத்து செய்ய யாருக்கும் உரிமை இல்லை.

வசந்தி தவறான முறையில் பிள்ளை உண்டாகியிருந்தாலும், அதை உண்டாக்கியவன் அவள் கணவன் ஆக முடியாது. தாலி கட்டிய கீர்த்தி மட்டும்தான் அந்தப் பதவிக்குத் தகுதி படைத்தவன்.

தடாலென எழுந்துவிட்டாள் வித்யா.

ஒரு தாலி கயிற்றை கட்டியவனுக்கு எப்படிப்பட்ட மகிமை இந்த பூமியில்? உறவால் வரும் நெருக்கத்தைவிட ஒரு மஞ்சள் கயிறால் வரும் மகத்துவம் அத்தனை பெரிதா?

அந்தக் குளிரிலும் வியர்த்தது, வித்யாவுக்கு.

அந்த அற்புதமான பந்தத்தையா நான் அடிமையாக நினைத்தேன்? வெறும் மகளாக, ஒரு பணக்காரன் வீட்டில் செல்லப் பெண்ணாக வாழ்ந்த எனக்கு, மனைவி என்ற உறவின் மரியாதை ஏன் தெரியாமல் போயிற்று?

கணவனை தன் கட்டுக்குள் வைக்க நினைக்கும் எண்ணம் ஆபாசம் என்று ஏன் எனக்குத் தோன்றவில்லை? அதை உணர்த்த ஒரு கவுரிசங்கர் வர வேண்டுமா?

தாம்பத்யம் பள்ளிக்கூடம் இல்லை. மனைவி டீச்சரம்மாவும் இல்லை.

எத்தனை சத்தியமான சொற்கள்?

ஒரு தாலிக் கயிற்றின் மூலம் தன் கட்டுக்குள் ஒரு பெண்ணைக் கொண்டு வரும் ஆண்பிள்ளை, அவளை எந்த அளவு மதிக்கிறான். அவளுக்காக எத்தனை கவலைப்படுகிறான். அதை ஏன் பல பெண்கள் புரிந்துகொள்வதில்லை?

ஒரு தாலி கட்டாததினால் கவுரிசங்கரால் என்னைத் தொடகூட முடியவில்லை.

தொட்டுவிட்டுப் போய்விட்ட யாரோ ஒருவனால், தாலி கட்டாத காரணத்தால் வசந்தியை நெருங்க முடியவில்லை.

தலை கழன்றது வித்யாவுக்கு.

நினைக்க நினைக்க நிலை குலைந்தாள்.

அவசரப்பட்டு என் அகம்பாவத்தால் இரண்டு ஆண்களை நாசப்படுத்திவிட்டேன்.

இதற்கொரு முடிவை நானே சொல்லியாக வேண்டும். நள்ளிரவுக்கு மேல் வித்யா உறங்கிப்போனாள்.

✼ ✼ ✼

அத்தியாயம் 22

காலை சீக்கிரமே அலுவலகம் வந்துவிட்டாள். வேலைகளை சீக்கிரம் முடித்துக்கொண்டு, கீர்த்தியை சந்திக்க வேண்டும் என்று முடிவு செய்திருந்தாள்.

அவனுக்கு புது தொழிற்சாலைக்கு தொலைபேசி இன்னும் வந்திருக்கவில்லை.

பிற்பகல் ஒரு மணி சுமாருக்கு வித்யா புறப்பட்டுவிட்டாள். டெலிபோன் அழைத்தது.

"ஹலோ வித்யா பேசறேன்."

"மேடம் உங்களுக்கு ஒரு முக்கிய செய்தி இருக்கு."

"யார் நீங்க?"

"செய்திதான் பிரதானம். சொல்ற நபர் அவசியமில்லை. கேட்டுக்கறீங்களா என் பேச்சை?"

"ம்...!"

"இன்னிக்கு ராத்திரி கண் முழிச்சுப் பாருங்க. உங்க வாழ்க்கைல முக்கியமான ஒரு நிகழ்ச்சி நடக்கப்போகுது. நீங்க எதிர்பாராத ஒண்ணு நடக்கப்போகுது வச்சிரட்டுமா?"

ரிசீவரை வைத்தாள்.

ராத்திரி என்ன நடக்கும்? இதென்ன புதுத் தகவல்? கீர்த்தியை பார்க்கப்போகும் தன் முடிவுதனை மாற்றிக் கொண்டாள் வித்யா.

தொலைபேசி செய்தியை நிஜமென எடுத்துக்கொள்ள வேண்டாம். ஆனாலும் இன்று பார்த்துவிட்டு மற்றவைகளை நாளை முடிவு செய்துகொள்ளலாம்.

மாலைவரை அலுவலகத்தில் இருந்தாள்.

வீடு திரும்பியதும் கவுரிசங்கர் இருந்தான். சீக்கிரமே உணவருந்திவிட்டு படுக்கைக்கு வந்துவிட்டாள் வித்யா.

கவுரிசங்கரும் அவள் அறைக்கு வரவில்லை.

தவறிக்கூட உறங்கிவிடக் கூடாது என்று உறக்கத்தை நிறுத்தும் 'டெரிஜின்' மாத்திரையை விழுங்கியிருந்தாள். பதினைந்து நிமிடங்களுக்கு ஒருமுறை கதவைத் திறந்து தன் அறையில் இருந்தபடியே வீடு முழுக்க கவனித்தாள்.

இரவு பதினோரு மணி.

சகல விளக்குகளும் அணைந்து, வீடு நிசப்தமாக இருந்தது. பதினொன்று இருபதுக்கு கதவைத் திறந்தாள் வித்யா. கீழே கவுரிசங்கரின் அறையில் வெளிச்சக் கொத்து.

சற்று ஆர்வம் ஏற்பட, தன் அறையில் விளக்கு இல்லாமல் உன்னிப்பாகக் கவனித்தாள்.

கவுரிசங்கர் வெளிப்பட்டான் அவன் அறையிலிருந்து. அந்தப்பெரிய ஹாலில் நடந்து வாசலை அணுகிக்கொண்டிருந்தான். திரும்பி ஒருமுறை மாடியில் பார்வையைப் பதித்தான்.

வித்யா கதவை, ஒரு நூலிழை அளவே திறந்து வைத்திருந்தாள்.

வாசல் கதவை கவுரி திறந்துவிட்டான்.

இந்த நேரத்தில் இவன் எங்கே போகிறான்?

வெளியே போய் அவன் கதவை மூடிக்கொள்ள, வித்யா சட்டென தன் இரவு உடையுடனேயே புறப்பட்டு விட்டாள் தன் அறையை விட்டு.

அவசரமாக வாசலை அடைந்து கேட்டைக் கடக்க, தெருமுனையில் கவுரி அவசரமாக போய்க்கொண்டிருந்தான்.

அது இரவு. சாலையில்கூட யாரும் இருக்கவில்லை என்பதை அறிந்திருந்தாலும் ஒரு அசட்டுத் துணிச்சலில் வித்யா கணிசமான இடைவெளியில் கவுரிசங்கரைப் பின் தொடர்ந்து சென்று கொண்டிருந்தாள்.

இருபது நிமிடத்திற்கும் மேலே நடை.

பிரதான சாலையில் நடக்காமல் ஏதோ குறுக்குவழியைத் தேர்ந்தெடுத்து கவுரிசங்கர் போய்க்கொண்டிருந்தான்.

அவன் போய் நின்ற வீதியைப் பார்த்தவுடன் 'சுருக்'கென்றது வித்யாவுக்கு.

படபடப்புடன் அவனைப் பின்தொடர்ந்தாள்.

கீர்த்தியின் வீட்டு வாசலை அடைந்து, கேட்டைத் தொட்டான் கவுரிசங்கர்.

கீர்த்தியைத் தேடி ஏன் கவுரி வரவேண்டும்?

ஒருவேளை, என்னை ஏற்றுக்கொள்ள எங்கள் இருவரையும் சேர்த்து வாழவைக்க கவுரி முயற்சி செய்கிறாரா?

அதைச் சொல்ல இந்த நேரம்தானா கிடைத்தது கவுரிக்கு? கவுரிசங்கர் கதவைத் தட்ட, சற்று இடைவெளி விட்டு கதவு திறந்தது.

கீர்த்திதான்.

இருவரும் உள்ளே போக, கதவு மூடிக்கொண்டது.

வித்யா ஒருவித தவிப்புடன் கேட்டை நெருங்கினாள். வாசல்படியை ஏறி கதவோரம் வந்து நின்றாள். ஜன்னல்கள் எல்லாம் நெருக்கமாக சாத்தப்பட்டிருந்தன. உள்ளே பலவித பேச்சுக்குரல்கள் கேட்டன. எதுவும் தெளிவாக இல்லை.

எத்தனை நேரம் இங்கே நிற்பது, எந்தப் பயனும் இல்லாமல்? குழம்பித் தவித்துப் போனாள் வித்யா.

✳ ✳ ✳

அத்தியாயம் 23

"இன்னும் எத்தனை நாளைக்கு இந்த நாடகம் கவுரிசங்கர்?" கீர்த்தி மெல்லிய குரலில் கேட்டான்.

"நாடகம் முடியற நேரம் வந்தாச்சு கீர்த்தி. அதை சொல்லத்தான் நானிங்கே வந்திருக்கேன்."

"நீங்களா நாடகத்தை முடிக்கலைன்னா, என்னை நானே முடிச்சுக்க வேண்டி வரும்."

அழுகை தெறிக்கும் குரலில் வசந்தி குமுறலாகச் சொல்ல,

"நாளைக்கு நல்ல முகூர்த்த நாள்."

"தெரியும். உங்களுக்கும் வித்யாவுக்கும் நிஜமான கல்யாணத்துக்கு நீங்க குறிச்சு வச்ச நாள்" வசந்தியின் குரல் பிசிறடித்தது.

"ஆமாம்."

"இது நடக்காது."

"ஏன் வசந்தி? இப்ப எல்லாமே தலைகீழாத்தானே நடந்துட்டு இருக்கு?"

"இனிமே நடக்க நான் விடமாட்டேன். விடிஞ்சதும் வித்யாவைப் பார்த்து நான் எல்லாத்தையும் சொல்லிடப்போறேன். என்னால இனிமே பொறுத்துக்க முடியாது."

"விடியற வரைக்கும் நீ காத்துட்டு இருக்க வேண்டிய அவசியம் இல்லை, வசந்தி."

"புரியலை."

"வா என்னோட."

கவுரிசங்கர் வாசல் கதவை அணுகி, அதை சடாரெனத் திறந்தான். இதை சற்றும் எதிர்பாராத வித்யா, ஷாக் வாங்கி அப்படியே உறைந்து நின்றாள்.

"வித்யாவா?" கீர்த்தி ஆச்சர்யமாகக் குரல் கொடுத்தான்.

"இந்த நேரத்துல இங்கே... நீங்க..." வசந்தி குழப்பத்துடன் வித்யாவை ஏறிட்டாள்.

"உள்ள வா வித்யா. நீ என்னைப் பின் தொடர்ந்து வரணும்னுதான் இந்த ராத்திரில நான் புறப்பட்டேன். உனக்கு போன் பண்ணினதே நான்தான்."

"எதுக்கு கவுரி இந்த நாடகமெல்லாம்."

"நடந்து முடிஞ்ச கதையை இனி பேச வேண்டாம். வழக்குகள் முடியப்போகுது தீர்ப்பு எழுத வேண்டிய நேரம் வந்தாச்சு வித்யா. அதான் உன்னையும் வரவழைச்சேன்."

மாடியிலிருந்து நாணு இறங்கி வந்தான்.

"கீர்த்தி, சவால்கள் முடிஞ்சாச்சு. வெற்றி தோல்வியை அலச வேண்டிய அவசியம் இல்லை. வித்யா, உங்க மனைவியாகட்டும் கூடிய சீக்கிரம்."

"இல்லை கவுரி. இந்த வசந்தியோட வயித்துல வளர்ந்த குழந்தைக்கு தகப்பன் யாருன்னு முதல்ல எனக்குத் தெரிஞ்சாகணும். அப்படியே தெரிஞ்சாலும், கீர்த்தி அவளுக்கு புருஷனா இருக்கற பட்சத்துல நீங்க சொல்ற இணைப்பு சாத்தியமில்லை."

"நான் பேசலாமா வித்யா?" கீர்த்தி முன்னால் வந்தான்.

"ம்...!"

"நான் தாலி கட்டலை வசந்திக்கு. அதுஒரு நாடகம். இந்த நிமிஷம் கூட எனக்கொரு உடன் பிறவாத சகோதரியாத்தான் வாழ்ந்துட்டு வர்றா வசந்தி?"

"அப்படின்னா அந்த கர்ப்பம்?"

"ஸாரி வித்யா. அதுக்குக் காரணம் நான்தான்."

கவுரிசங்கர் சொல்ல, வித்யா காலடி நிலத்தை நழுவவிட்டாள். நிற்கத் தடுமாறி, சுவரைப் பிடித்துக்கொண்டாள்.

"கவு... கவுரி... நீங்க இவ்வளவு மோசமானவரா?"

"இல்லை வித்யா. நான் மோசமானவன் இல்லை. நாலு வருஷமா நானும், வசந்தியும் காதலிக்கிறோம். இதை முதல்ல தெரிஞ்சுகிட்டவர் கீர்த்திதான். இந்த சமயத்துலதான் இதை ஒரு நாடகமா நடத்த நாங்க எல்லோருமா தீர்மானிச்சோம்."

"கவுரிசங்கர் அதிகம் படிச்சவர் இல்லை. அனுபவ அறிவுதான் அதிகம் அவருக்கு. போலியான டாக்குமெண்ட்ஸ் தயாரிச்சு அவரை உன் ஆபீசுக்கு தயாரிச்சவனே நான்தான் வித்யா. அத்தோடு உன்னை மேலும் குழப்ப டாக்டர் மூலம் என்னைப்பற்றி ஒரு பொய் வேற."

வித்யா மவுனமாக இருந்தாள்.

"உன் மனசை சுலபமாகக் கவர்ந்து, அதுல இடம் பிடிச்சு, இந்த அளவு நாடகத்தை சிறப்பா நடத்தித் தந்தது கவுரிசங்கர். இயக்கம் கீர்த்திவாசன்."

"இதெல்லாம் ஏன்?"

"உனக்கு பல உண்மைகளை புரிய வைக்க. பணத்துல புரண்டு விளையாடற உனக்கு பல பவித்திரங்களை எடுத்துச் சொல்ல."

"சுருக்கமாகச் சொன்னா, என்னை ஏமாற்றி எல்லோருமா ஒரு விளையாட்டு நடத்தியாச்சு இல்லையா? நான் அகம்பாவம் பிடிச்ச பெண் தான். எனக்கு அடிமையா எல்லோரும் இருக்கணும்ணு நினைச்சவதான். ஆனா உங்க அறிவை, சாதுர்யத்தை ஆராதிச்சு, உயிருக்கு உயிரா நான் உங்களை காதலிச்சதை நீங்க ஏன் கீர்த்தி புரிஞ்சுக்கலை? காரணம் உங்களுக்கும் ஈகோவா?"

"இல்லை வித்யா அதுக்கு வேறொரு முக்கியமான காரணமும் இருக்கு. சொல்லுங்க நானு."

நாணு வித்யாவை நெருங்கினார்.

"சின்னம்மா! உங்க வீட்ல முப்பது வருஷமா நானிருக்கேன்."

"தெரியும்."

"உங்கப்பாவோட கடைசி நிமிஷங்கள்ல ஒரு பச்சை டயரியை எடுத்து படிக்கச் சொன்னார் அவர் நினைவிருக்கா?"

"ஆமாம் நான் படிக்க நினைச்சேன். அதுக்குள்ள அப்பாவுக்கு உடம்புக்கு அதிகமாகி, விபரீதம் நடந்து போச்சு. அப்புறம் அந்த டைரியைக் காணலை. நானும் கவலைப்படலை. ஏன்? என்ன அந்த டைரில?"

"நீ பிறந்து ஒரு வருஷத்துல உங்கம்மா நோய்வாய்ப்பட்டாங்க. அவங்களை வீட்டோட இருந்து கவனிக்க சுமித்ரான்னு ஒரு நர்ஸ் வந்தாங்க தாயி. உங்கம்மாவை மட்டுமல்ல. உன்னையும், இந்த வீட்டையும் கவனிச்சுக்கிட்டது அந்த சுமித்ராதான். அதோட நிக்கலை. உங்கப்பாவையும் அந்த அம்மா கவனிக்கத் தொடங்கினாங்க. உங்கப்பா பதிலுக்குக் கவனிச்சார். அந்தம்மா கர்ப்பமானா!"

அதிர்ச்சியுடன் நிமிர்ந்தாள், வித்யா.

"ஒரு பெண் குழந்தையை சுமித்ரா பெத்தெடுத்தா. அவள் ஒரு ஏழை. மணிவர்மா பெரிய தொழிலதிபர். எப்படி சுமித்ராவை தன் மனைவியா மணிவர்மா ஏத்துக்க முடியும்? அவரோட சமூக அந்தஸ்தும், கவுரவமும் அதை அனுமதிக்குமா? அதனால தாலி தர முடியல அவரால. மனைவி இறந்தும்கூட மணிவர்மா, சுமித்ராவை ஒப்புக்கலை. அந்த ஏக்கத்துல தன் குழந்தையை ஒரு ஏழைகிட்ட ஒப்படைச்சிட்டு, சுமித்ரா உயிரை விட்டா."

"யாரது நாணு?"

"அந்த ஏழை நான்தான் தாயி. சுமித்ரா பெத்தெடுத்த குழந்தைதான் இந்த வசந்தி."

"என்னது?" வித்யா அலறிவிட்டாள்.

"ஒரு தாலியை மணிவர்மா தரலைங்கற ஒரே காரணத்தால கடைசி வரைக்கும் சுமித்ராவுக்கு சமூக அந்தஸ்து கிடைக்கலை.

அதனால மணிவர்மாவோட மகளா வசந்திக்கு அங்கீகாரம் கிடைக்கலை. தாலியோட மகிமையும், அதை தர புருஷன் நல்லவனோ, கெட்டவனோ உசத்தின்னும் இப்ப உனக்குப் புரியுதா தாயி? அப்படிப்பட்ட ஆண் பிள்ளை அடிமையா வாழணும்னு நீ விட்ட சவால்ல அர்த்தம் இருக்குதா கண்ணு."

விக்யா கண்ணீருடன் வசந்தியை நெருங்கினாள்.

"என்னை மன்னிச்சிடு வசந்தி."

"சின்னம்மா."

"இல்லை வசந்தி. அக்கான்னு கூப்பிடு. அப்பா உங்கம்மாவுக்கு சட்டபூர்வமா அந்தஸ்து தராம இருந்திருக்கலாம். ஆனா நீ எனக்கு சட்டபூர்வமான, சகல உரிமைகளும் உள்ள தங்கை தான். வாம்மா வசந்தி."

"அக்கா" அழுதுகொண்டே வசந்தி அவளைத் தழுவிக்கொண்டாள்.

"என்னை மன்னிச்சுடுங்க கீர்த்தி. நான் பழைய விக்யா இல்லை. உங்களுக்குக் கட்டுப்பட்ட அன்பான மனைவியா நானிருப்பேன். நம்பலாம் நீங்க."

"நாலுபேர் அறிய அப்ப நடந்த கல்யாணம்?" வசந்தி கவலையுடன் கேட்க.

"அந்த நாலுபேர் முக்கியமில்லை. இந்த நாலு பேர்தான் முக்கியம். சரிதானா கவுரி?" கீர்த்தி கேட்க,

கவுரிசங்கர், வசந்தியை அணைத்துக்கொண்டு சிரித்தான் உற்சாகமாக.

www.ingramcontent.com/pod-product-compliance
Lightning Source LLC
Chambersburg PA
CBHW020724160726
47993CB00006B/2341

* 9 7 8 9 3 9 5 3 0 1 1 4 5 *